新實用
越南語發音

Practical Pronunciation in Vietnamese

—— 梅氏清泉　著 ——

中央大學出版中心｜遠流

作者的話

　　我畢業於河內國家大學外語學院中文系，畢業後曾在河內的一所大學擔任華語講師一職兩年。2009 年來到中原大學就讀華語教學領域，在此階段開始介入越南語教學。在教學過程中，我發現，台灣學習者學習越南語時最大的障礙是越南語的發音，原因是越南語的組合音與聲調比華語多，其中某些音特別難模仿，如字母「ư」、「đ」、「nh」、或尾音「c」、「nh」、「ch」（oc, anh, ach）等。在聲調方面，因越南語聲調較多，學習者較難分辨相似的音調。在教授越南語過程中，我開始琢磨，如何才能讓越南語發音更簡單學習呢？我發現，越南語發音的確不簡單，但可使用一些歸類方法引導，如先認識母音及子音的發音方法，接著學習如何拼字，最重要的是認識及學會越南語的尾音發音方法。因越南語所有的音當中，有尾音的音特別多，而這些音就由八個尾音構成，分別為：m, p, n, t, c, ng, ch, nh。因此，若能掌握尾音發音規則，基本上就會越南語發音了，越南語的學習也變得簡單多了。有系統地學習越南語發音，結合大量的練習，效果將更加顯著。

　　因此，以多年教學的研究、觀察及分析，我編撰了這本書，書中具有邏輯性及系統性歸類越南語的發音方法；書中的字母表順序或內容排列，是由編輯者經過深思熟慮之後，以相似發音組合及邏輯方式呈現。本書另也提供學習者大量的單字、句子、短文的朗讀口說訓練，並且附上聲音檔供學習者做練習。另外，本書附上完整的單字小辭典與聽力解答，讓自修學習者更便利。

　　另外，我也發現，困擾學習者的南北越發音不同，實際上，南北越的確在發音上有所差異，但兩方人民仍然可以溝通，就像台灣與中國大陸口音上的差異一樣。而我是北越正統口音，書中編輯以北越口音為主，但其聲音檔會附上南北越兩種口音，讓學習者也可對南越口音有所認識。

　　最後，以我累積的教學經驗，加上分析學習者學習的難點後編輯出這本書，我相信這會是您入門學習越南語或加強發音的一本好書。

　　感謝您的支持！

2018 年 7 月 18 日

梅氏清泉

目錄

越南語語音系統簡介

與華語相似，越南語由子音、韻母及聲調三個元素構成。

越南語的子音共 27 個，母音共 12 個，聲調共 6 個。

越南語的組合韻母共 153 個（音節中子音後面即組合母音），一看數字的確嚇人，但 153 個組合韻母中，由 27 個子音及 12 個母音建立而成，含 12 個單母音、23 個雙母音、10 個三合母音及 108 個母音後加子音。因此，學習越南語發音時，最關鍵的是 27 個子音、12 個母音及 6 個聲調。

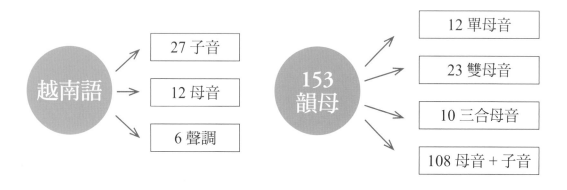

越南語具有 6 個聲調，即平聲、銳聲、問聲、重聲、玄聲及跌聲；聲調數量上比華語多了一個聲調，因此，對華人來說，越南語聲調成為學習難點，即越南語教學及學習的重點之一。

再者，越南語中，只有 8 個子音當尾音，每個尾音具有其發音方法，若掌握每個尾音之發音方法，就能掌握越南語的關鍵發音。因此，越南語尾音發音方法也是越南語教學及學習的重點之一。

越南語語音系統及發音方法

單元	內容
越南語語音系統介紹	子音、母音、聲調、拼音

	越南語語音系統介紹	子音、母音、聲調、拼音
子音 母音	12 母音及 27 子音 讀法及練習	a, ă, â, e, ê, o, ô, ơ, u, ư, i, y b, p, m, n, l, đ, d, gi, r, ph, v, h, c, k, q (qu), x, s, ch, tr, t, th, kh, nh, g, gh, ng, ngh
聲調	6 個聲調 讀法及練習	平聲、銳聲、問聲、重聲、玄聲及跌聲
尾音	8 個尾音 讀法及練習 （韻母爲單母音＋子音）	●嘴巴合閉音：am, ap, âm, âp, em, ep, êm, êp ... ●舌面音：an, at, ân, ât, en, et, ên, êt, in, it ... ●舌根音：ang, ăng, âng, eng, ưng, ac, ăc, âc, ec, ưc ●舌頭後縮音：anh, ênh, inh, ach, êch, ich ●閉氣音：ong, ông, ung, oc, ôc, uc ●長短音：am/ăm, an/ăn, at/ăt, ang/ăng, ac/ăc
雙母音	韻母爲雙母音 讀法及練習	ai, ao, eo, êu, oi, ôi, ơi, ia, iu, ui, ưi, ưa ay, au, ây, âu, oa, oe, ua, uê, uy, ươ, ưu
三合母音	韻母爲三合母音 讀法及練習	-iêu/yêu, uôi, ươi, ươu, uya, uây, oai, oay, oeo
多母音＋子音	韻母爲多母音後加子音 讀法及練習	-iêm/yêm, -iên/yên, -iêng/yêng, -iêt/yêt oam/oăm, oan/oăn, oang/oăng, oat/oăt, oac/oăc, oen, oet, oong, ooc uân, uâng, uôm, uôn, uông, uôt, uôc uyn, uyt, uynh, uych, uênh, uêch ươm, ươn, ương, ươp, ươt, ươc uyên, uyêt

Phần
I
Nguyên âm và phụ âm

———

單元一　母音與子音

北越口音　南越口音

I. Nguyên âm (B1.1/N1.1)

12 個母音

* 難發的音：有標記「 * 」者表示比較難發的音

---

a, ă, â

o, ô, ơ

*e, ê

u, *ư

i/y

a A

【ㄚ】

- 口腔開大，將舌面下降到低處。
- 長音。

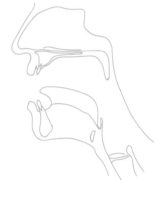

ă Ă

【ㄚˊ】

- 口腔開大，將舌面下降到低處。
- 短音。
- 不能單獨做韻母。

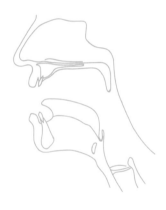

â Â

【ㄜˊ】

- 口腔開度較小，舌頭往內縮，舌面在低處。
- 短音。
- 不能單獨做韻母。

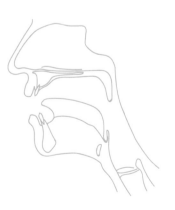

o O
【ɔ】

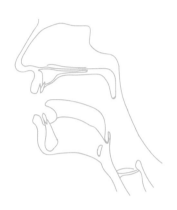

- 口腔開大，舌頭往內縮，舌面下降到半低處，嘴唇呈大圓形，尾音有「a」的感覺。

ô Ô
【o】

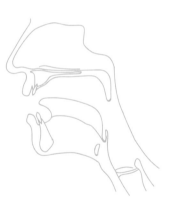

- 口腔開度較小，舌頭往內縮，舌面在低處，呈中圓形。

ơ Ơ
【ɤ】

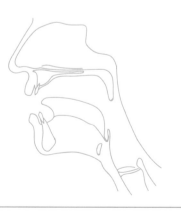

- 口腔開度較小，舌頭往內縮，舌面在低處。
- 長音。

E

【æ】

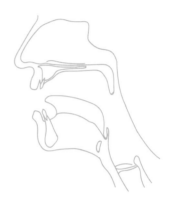

- 嘴唇向兩旁展開,舌面降到下半低處,帶一點鼻音,呈大扁形。

ê Ê

【せ】

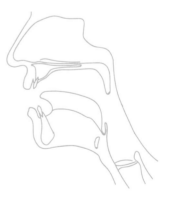

- 嘴唇微微張開,舌面在低處,發音完保持嘴巴張開狀態,不能收回。

13

u U
【ㄨ】

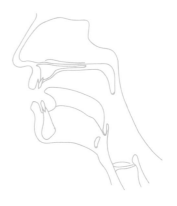

- 口腔開度小，舌頭微微往內縮，呈小圓形。

ư

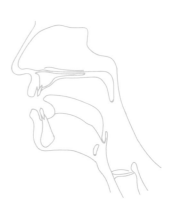

- 嘴唇向兩邊展開，口腔小，呈扁平形。
  記憶技巧：
  ㄅ、ㄆ、ㄇ、ㄈ ➡ 結尾連音是【ㄜ】
  ㄐ、ㄑ、ㄒ ➡ 結尾連音是【一】
  ㄓ、ㄔ、ㄕ、ㄖ ➡ 結尾連音是【ư】

i/y
【一】

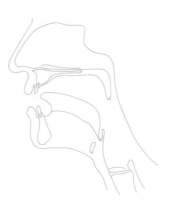

- 嘴唇向兩旁微微展開，口腔開度小，舌尖抵下齒。
- 「尾巴」比較短叫「短 i」（i ngắn），
  「尾巴」比較長叫「長 y」（y dài）。

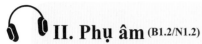

II. Phụ âm (B1.2/N1.2)

27 個子音

有標記注音符號者，發音時念長，高度比中文第一聲還低。

* 難發的音：有標記「*」者表示比較難發的音

---

b, p, m, n, l, *đ, d, gi, r,

ph, v, h, c, k, q(qu), x, s, ch,

tr, t, th, kh, *nh, g, gh, ng, ngh

b B 【ㄅ】	● 雙唇音，雙唇緊閉，發音時雙唇打開。 ● 濁音，不送氣。
p P 【ㄆ】	● 雙唇音，雙唇緊閉，發音時雙唇打開。 ● 清音，送氣。 ● 主要當尾音。
m M 【ㄇ】	● 雙唇音，雙唇緊閉，帶一點鼻音。
n N 【ㄋ】	● 舌面音：舌尖抵住上齒，發音時舌尖下降到低處。 ● 不捲舌。
l L 【ㄌ】	● 舌面音：舌尖抵住上齒，發音時舌尖下降到低處。 ● 捲舌。
đ Đ 【舌頭後縮】	● 濁音，舌尖貼住上顎，發音時舌頭往後縮，聲帶振動。 ● 不捲舌。

d D
【z さ】

● 舌尖輕抵上齒，發音時再下降到低處。
● 不捲舌。

gi GI
【zi】

● 擦齒音。
● 舌尖輕抵上齒，發音時再下降到低處。
● 唸第一聲。

r R
【ロ さ】

● 舌尖輕抵上齒，發音時再下降到低處。
● 捲舌。

ph PH
【ㄈ】

● 唇齒音，下唇輕抵上齒，氣流從唇齒之間的縫隙中摩擦而出。
● 清音。

v V
【v さ】

● 唇齒音，下唇輕抵上齒，氣流從唇齒之間的縫隙中摩擦而出。
● 濁音。

h H 【ㄏ】	● 清音，氣流從喉間縫隙摩擦而出。
c C 【ㄍㄜ】	● 舌根音，舌後部上升，貼住上顎。
k K 【ㄍㄚ】	● 舌根音，舌後部上升，貼住上顎。 ● 只能跟 e, ê, i, y 及 e, ê, i 開頭的韻母結合。 ● 唸第一聲。
q (qu) 【果ㄜ】	● 雙唇微嘟，舌後部上升，貼住上顎。 ● 因「q」後面得接介音「u」，因此為了易於記憶可寫成「qu」。
x X 【ㄙㄜ】	● 舌尖輕抵上齒，發音時再下降到低處，氣流從舌尖與上齒的縫隙中摩擦而出。 ● 不捲舌。

s S
【ㄕㄜ】

- 舌尖輕抵上齒，發音時再下降到低處，氣流從舌尖與上齒的縫隙中摩擦而出。
- 捲舌。

ch CH
【ㄗㄜ】

- 舌面輕貼上顎，發音時再下降到低處，氣流向外衝出。
- 不捲舌。

tr TR
【ㄓㄜ】

- 舌面輕貼上顎，發音時再下降到低處，氣流向外衝出。
- 捲舌。

t T
【ㄉㄜ】

- 舌尖貼上齒，發音時舌面下降到低處。
- 不送氣、清音。

th TH
【ㄊㄜ】

- 舌尖貼上齒，發音時舌面下降到低處。
- 送氣、清音。

kh KH 【ㄎ】	● 舌根清擦音，氣流從舌根與軟顎之間的縫隙中摩擦而出。
*nh NH	● 鼻音，舌面貼住上顎，發音時舌頭往內縮。
g G	● 喉音濁擦音，氣流從舌根與軟顎之間的縫隙中摩擦而出。越南語稱「單 g」（g đơn）。 ● 與 c 相比，g/gh 舌頭稍微往後縮。
gh GH	● 越南語稱「雙 gh」（gh kép），發音與「g」相同。 ● 只能跟 e, ê, i 及 e, ê, i 開頭的韻母結合。
ng NG	● 舌根音，舌根上升貼住軟顎，帶一點鼻音。
ngh NGH	● 舌根音，舌根上升貼住軟顎，帶一點鼻音，發音與「ng」相同。 ● 只能跟 e, ê, i 及 e, ê, i 開頭的韻母結合。

III. Bảng phiên âm (B1.3/N1.3)

拼音表

	a	o	ô	ơ	e	ê	u	ư	i	y
b	ba	bo	bô	bơ	be	bê	bu	bư	bi	
m	ma	mo	mô	mơ	me	mê	mu	mư	mi	my
n	na	no	nô	nơ	ne	nê	nu	nư	ni	
l	la	lo	lô	lơ	le	lê	lu	lư	li	ly
đ	đa	đo	đô	đơ	đe	đê	đu	đư	đi	
d	da	do	dô	dơ	de	dê	du	dư	di	
gi	gia	gio	giô	giơ	gie	giê	giu	giư	gi	
r	ra	ro	rô	rơ	re	rê	ru	rư	ri	
v	va	vo	vô	vơ	ve	vê	vu	vư	vi	vy
h	ha	ho	hô	hơ	he	hê	hu	hư	hi	hy
ph	pha	pho	phô	phơ	phe	phê	phu	phư	phi	
c	ca	co	cô	cơ			cu	cư		
k					ke	kê			ki	ky
q (qu)	qua			quơ	que	quê			qui	quy
x	xa	xo	xô	xơ	xe	xê	xu	xư	xi	
s	sa	so	sô	sơ	se	sê	su	sư	si	sy
ch	cha	cho	chô	chơ	che	chê	chu	chư	chi	
tr	tra	tro	trô	trơ	tre	trê	tru	trư	tri	
t	ta	to	tô	tơ	te	tê	tu	tư	ti	
th	tha	tho	thô	thơ	the	thê	thu	thư	thi	
kh	kha	kho	khô	khơ	khe	khê	khu	khư	khi	
nh	nha	nho	nhô	nhơ	nhe	nhê	nhu	như	nhi	
g	ga	go	gô	gơ			gu	gư		
gh					ghe	ghê			ghi	
ng	nga	ngo	ngô	ngơ			ngu	ngư		
ngh					nghe	nghê			nghi	

 單字 (B1.4/N1.4)

1. ba 三 / 爸爸
2. bơ 酪梨 / 奶油
3. ma 鬼
4. mơ 李子 / 作夢
5. me 羅望果
6. no 飽
7. lo 擔心
8. lê 梨子
9. da 皮 / 皮膚
10. dê 羊 / 羊肉

11. đi 走 / 去
12. hư 壞掉 / 不乖
13. cô 女老師 / 阿姨 / 姑姑
14. quê 故鄉
15. xa 遠
16. xe 車
17. cho 給
18. to 大
19. khô 乾 / 乾燥
20. nghe 聽

21. ba ba 鱉
22. nho khô 葡萄乾
23. xa quê 離鄉背景
24. đi xe 搭車 / 坐車
25. đi ra 出去
26. ô tô 汽車
27. xe to 大車
28. da dê 羊皮
29. no nê 飽 / 飽飽
30. so đo 斤斤計較

容易混淆
的音

 IV. Chú ý phát âm (B1.5/N1.5)

辨音

越南語的子音、母音中具有某些容易混淆的音，如下：

容易混淆的音	例子			
e/ê	be/bê	xe/xê	che/chê	me/mê
ơ/ư	tơ/tư	thơ/thư	mơ/mư	sơ/sư
l/đ	la/đa	lô/đô	le/đe	lu/đu
c/g	ca/ga	co/go	cu/gu	cư/gư
n/nh	no/nho	ni/nhi	ne/nhe	nơ/nhơ

Luyện tập 練習

■ Viết chính tả 拼字

1. "c" hay "k"？c 還是 k?

____o ____u ____e ____ô ____a

____ư ____i ____ê ____y ____ơ

2. "g" hay "gh"？g 還是 gh?

____o ____u ____e ____ô ____a

____ư ____i ____ê ____y ____ơ

3. "ng" hay "ngh"？ng 還是 ngh?

____o ____u ____e ____ô ____a

____ư ____i ____ê ____y ____ơ

Luyện tập nghe 聽力練習

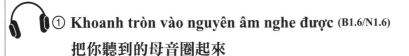

① **Khoanh tròn vào nguyên âm nghe được** (B1.6/N1.6)
把你聽到的母音圈起來

1	a	ă	â	e	ê	i	y	o	ô	ơ	u	ư
2	a	ă	â	e	ê	i	y	o	ô	ơ	u	ư
3	a	ă	â	e	ê	i	y	o	ô	ơ	u	ư

4   a   ă   â   e   ê   i   y   o   ô   ơ   u   ư

5   a   ă   â   e   ê   i   y   o   ô   ơ   u   ư

② Khoanh tròn vào phụ âm nghe được (B1.7/N1.7)

把你聽到的子音圈起來

1.	b	p	ph	v
2.	b	p	ph	v
3.	l	đ	n	h
4.	l	đ	n	h
5.	d	gi	r	nh
6.	d	gi	r	nh
7.	ch	tr	t	th
8.	ch	tr	t	th
9.	x	s	c	g
10.	x	s	c	g
11.	kh	nh	g/gh	ng/ngh
12.	kh	nh	g/gh	ng/ngh

③ **Phân biệt âm: Chọn từ nghe được** (B1.8/N1.8)

分辨音：選擇你所聽到的詞

1. a. na b. la

2. a. cô b. gô

3. a. lu b. đu

4. a. nơ b. nhơ

5. a. the b. thê

6. a. cơ b. cư

7. a. ni b. nhi

8. a. tơ b. tư

9. a. li b. đi

10. a. co b. go

Thanh điệu

————

單元二　聲調

I. Thanh điệu（B2.1/N2.1）

越南語北越聲調系統共 6 個聲調，南越聲調系統共 5 個聲調。本書以北越聲調系統為主來介紹，6 個聲調為：平聲（thanh bằng）、銳聲（thanh sắc）、問聲（thanh hỏi）、重聲（thanh nặng）、玄聲（thanh huyền）、跌聲（thanh ngã）。

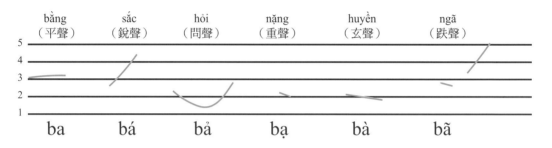

聲調圖為作者原創
參考資料來源：Bauman, J., Blodgett, A., Rytting, C., & Shamoo, J. (2009). The ups and downs of Vietnamese tones: A description of native speaker and adult learner tone systems for Northern and Southern Vietnamese. (Tech. Rep. No. E. 5.3 TTO 2118). College Park, MD: University of Maryland, Center for Advanced Study of Language.

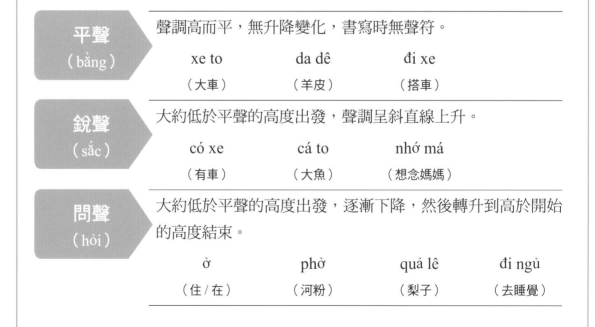

平聲（bằng）	聲調高而平，無升降變化，書寫時無聲符。		
	xe to（大車）	da dê（羊皮）	đi xe（搭車）

銳聲（sắc）	大約低於平聲的高度出發，聲調呈斜直線上升。		
	có xe（有車）	cá to（大魚）	nhớ má（想念媽媽）

問聲（hỏi）	大約低於平聲的高度出發，逐漸下降，然後轉升到高於開始的高度結束。			
	ở（住／在）	phở（河粉）	quả lê（梨子）	đi ngủ（去睡覺）

重聲 （nặng）	大約於問聲的高度出發，然後短促下降，結束時憋住氣流。

đi chợ	sợ quá	tự do
（去市場）	（很害怕）	（自由）

玄聲 （huyền）	聲調較平聲低而長，呈斜直線平緩均勻下降。

về nhà	pha trà	cà phê
（回家）	（泡茶）	（咖啡）
chờ xe	phở bò	phở gà
（等車）	（牛肉河粉）	（雞肉河粉）

跌聲 （ngã）	高低斷續聲調，大約高於銳聲的高度出發，到中間突然停頓，然後再快速升高。

ngã xe	đỗ xe
（摔車）	（停車）
cũ kĩ	chỗ cũ
（老舊）	（老地方）

容易混淆
的聲調

 II. Chú ý phát âm thanh điệu (B2.2/N2.2)

分辨聲調

玄聲與重聲
（thanh huyền và
thanh nặng）

因重聲短促下降，玄聲念法長於重聲，故念玄聲時請拉長。

sờ vợ（摸老婆）　　　　sợ vợ（怕老婆）

跌聲與銳聲
（thanh ngã và
thanh sắc）

因跌聲中間停頓再快速升高，故學習者在念跌聲時常將音調的結尾拉高，容易念成銳聲。

cũ kĩ（老舊）　　　　nhà cũ（老房子）
→ cú kí　　　　　　　→ nhà cú

問聲與玄聲
（thanh hỏi và
thanh huyền）

因兩者音調都較低，故難以念清。

chở vợ（載老婆）　　　　chờ vợ（等老婆）

問聲與跌聲
（thanh hỏi và
thanh ngã）

跌聲較為尖銳，若沒念到位容易與問聲混淆。

đổ xe（車倒了）　　　　đỗ xe（停車）

北—南越的聲調差別

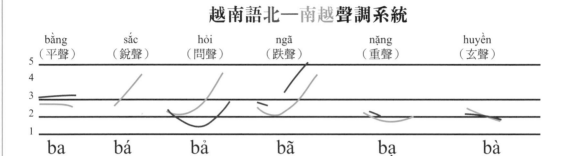

本圖爲作者原創，參考 Bauman 等人 (2009) 資料

越南語北越聲調系統有 6 個聲調，南越聲調系統有 5 個聲調（問聲和跌聲幾乎發音一樣）。

聲調	北越聲調系統（6 個）	南越聲調系統（5 個）
平聲	稍微高	稍微低
銳聲	北南越一樣	北南越一樣
問聲	結尾低	結尾高
跌聲	尖銳，中間停頓，結尾高	發音如問聲
重聲	低而短促下降	低而長
玄聲	低而長	稍微高，平緩下降

Luyện tập 練習

■ Luyện tập thanh điệu 聲調練習

 ① **Luyện đọc các từ sau** (B2.3/N2.3)

試讀以下單字

về nhà	mờ quá	lề mề	lo nghĩ	thủ đô
số nhà	cá thu	ba mẹ	ô tô	đi bộ

 ② **Luyện đọc các câu sau** (B2.4/N2.4)

試讀以下句子

1.

Bà về nhà bà   奶奶回奶奶的家

Ba về nhà ba   爸爸回爸爸的家

Bà về nhà ba pha trà   奶奶回爸爸家泡茶

Ba về nhà bà pha cà phê   爸爸回奶奶家泡咖啡

2.

Tố Nga có nhà to, Tố Nga có xe to

Tố Nga về quê, bố mẹ cho quà

Quà là gà, là cá, là trà, là cà phê

Tố Nga chở đồ bố mẹ cho về nhà

素娥有大房子，素娥有大車子

素娥回鄉下，父母給家鄉的東西

東西是雞，是魚，是茶，是咖啡

素娥載父母給的東西回家

Luyện tập nghe 聽力練習

 ① **Nghe và khoanh tròn vào từ nghe được** (B2.5/N2.5)
把你聽到的音調圈起來

1.	mơ	mớ	mở	mợ	mờ	mỡ
2.	xa	xá	xả	xạ	xà	xã
3.	nho	nhó	nhỏ	nhọ	nhò	nhõ
4.	khe	khé	khẻ	khẹ	khè	khẽ
5.	ngu	ngú	ngủ	ngụ	ngù	ngũ
6.	xa quà	xà quá	xa quá			
7.	to nhó	to nhỏ	to nhò			
8.	có cỏ	có cò	cò cỏ			
9.	nhà cụ	nhà cũ	nhá củ			
10.	tô phở	tố phờ	tổ phở			

 ② **Phân biệt thanh điệu: Nghe xong khoanh tròn vào từ nghe được** (B2.6/N2.6)
分辨聲調：把你聽到的音調圈起來

1. bo – bò
2. bả – bá
3. chờ – chợ
4. má – mã
5. đố – đỗ

6. đế – để
7. xe – xè
8. cà – cả
9. ngỏ – ngõ
10. mí – mỉ

③ **Nghe và điền phụ âm vào các từ sau** (B2.7/N2.7)

填上聽到的子音

___a ___ê	___ợ ___ợ	___ố ___á	___e ___ộ
___ố ___à	___à ___a	___ô ___ã	___ố ___ợ
___ủ ___ỹ	___ỗ ___ó	___ớ ___à	___u ___ề

 ④ **Nghe xong điền nguyên âm và thanh điệu vào các từ sau** (B2.8/N2.8)

填上聽到的母音及聲調

s____ t___	b___nh___	ch___ x___	m___ q___
d___ b___	t___ b___	q___ kh___	x___ s___
m___ b___	x___ l___	th___ b___	x___ m___

 ⑤ **Nghe xong điền thanh điệu** (B2.9/N2.9)

填上聽到的聲調

1.

vê nha	nhơ me	mơ hô	đi ngu	nha cu
đi tu	pha tra	xe nho	cho qua	qua me
thu đô	chơ xe	nhe qua	che khô	thư tư

2.

Ha quê ơ Sapa

Ơ Sapa nha Ha to

Xa xa la nha Ha đo

Ha đi xe đi cho

Ha bi nga xe

Bô me Ha lo qua!

⑥ **Nghe và chọn phụ âm đúng** (B2.10/N2.10)

選出聽到的子音

1. "n" hay "l"？n 還是 l?

    quả ___a   ___o nghĩ   ___ề mề

2. "l" hay "đ"？l 還是 đ?

    ___i xe   ___ô ___ề   thủ ___ô

3. "n" hay "nh"？n 還是 nh?

    về ___i   ___o quá   ___ớ ___à

4. "c" hay "g"？c 還是 g?

    ___à ta   ___à ta   ___a ___ũ

聲音檔

北越口音　　南越口音

Âm cuối

8 個尾音

越南語裡只有 8 個子音當尾音。

---

m, p

n, t

ng, c

nh, ch

I. Bảng phiên âm âm cuối (B3.1/N3.1)

尾音拼音表

	m 【合閉】	p 【合閉】	n 【舌面】	t 【舌面】	ng 【舌根】	c 【舌根】	nh 【鼻音、後縮】	ch 【後縮】
a 【長】	am	ap	an 【ㄢ】	at	ang 【ㅊ】	ac	anh 【鼻音】	ach
ă 【短】	ăm	ăp	ăn 【短ㄢ】	ăt	ăng 【短ㅊ】	ăc		
â	âm	âp	ân 【ㄣ】	ât	âng 【ㄥ】	âc		
e	em	ep	en	et	eng	ec		
ê	êm	êp	ên	êt			ênh	êch
i	im	ip	in 【一ㄣ】	it			inh	ich
o	om	op	on	ot	ong	oc		
ô	ôm	ôp	ôn	ôt	ông	ôc		
u	um	up	un	ut	ung 【ㄨㄥ】	uc		
ơ	ơm	ơp	ơn	ơt				
ư	ưm			ưt	ưng 【短ㄥ】	ưc		

【閉氣音】

II. Nguyên tắc phát âm âm cuối (B3.2/N3.2)

尾音發音規則

尾音是 **p, t, c, ch**	拼音時有帶銳聲，單字只有兩個聲調，即銳聲和重聲。

	ap	at	ac	ach
	sạp	tát	sạc	khách

尾音是 **a/ă**	a 念長音，ă 念短音。

	ap/ăp	at/ăt	ac/ăc
	sáp/sắp	tát/tắt	mác/mắc

尾音是 **m, p**	嘴巴合閉。

đi làm　　　　　　　　xem phim

（上班）　　　　　　　（看電影）

đi họp　　　　　　　　ngữ pháp

（去開會）　　　　　　（語法）

xe ôm

（摩托車計程車）

尾音是 n, t	舌面貼上顎。			
	cảm ơn （謝謝）	tắt đèn （關燈）	kẹt xe （塞車）	tan ca （下班）
	thịt lợn （豬肉）	ăn cơm （吃飯）	ăn đêm （吃宵夜）	rất ngon （很好吃）

尾音是 ng	舌根音，嘴巴張開大。			
	tháng ba （三月）	sáng sớm （早晨）	tăng ca （加班）	mang cơm （帶飯）

尾音是 c	舌根音，嘴巴張開，結尾有 /k/ 但不明顯。			
	các bạn （你們）	thắc mắc （疑問）	chắc chắn （確實 / 確定）	tờ séc （支票）

尾音是 nh	舌頭往後縮。		
	nhanh （快）	quả chanh （檸檬）	xinh đẹp （美麗）
	sinh tố （果汁）	bánh chưng （粽子）	chính xác （正確）

尾音是 ch	舌頭往後縮。			
	khách sạn （飯店）	thích gì （喜歡什麼）	du lịch （旅遊）	con ếch （青蛙）

六個 閉氣音	嘴巴合閉和含氣：ong/ông/ung/oc/ôc/uc（**B3.3/N3.3**）。		
	đọc sách （看書）	đi học （上課）	sống （住 / 居住）
	không đúng （不對）	ăn xong （吃完）	ăn ốc （吃螺子）

III. Chú ý phát âm (B3.4/N3.4)

分辨音

anh – ăn

"anh" 是舌頭後縮音，"ăn" 是舌面音。發音 "anh" 時，如果舌頭沒有往後縮並帶鼻音，就會發成 "ăn"。

Anh ăn phở.（我吃河粉。）

Có ăn canh không?（要喝湯嗎？）

Ăn cá không có chanh tanh lắm.

（吃魚沒有檸檬，魚腥味很重。）

ach – ăt

"ach" 是舌頭後縮音，"ăt" 是舌面音。發音 "ach" 時，如果舌頭沒有往後縮，就會發成 "ăt"。

Khách tắt đèn đi ngủ.（客人關燈去睡覺。）

Mẹ xách giỏ đi chợ.（媽媽提籃子去買菜。）

Khách hàng là số một, chặt chém là không tốt.

（客人第一，坑人不好。）

ich – it

"ich" 是舌頭後縮音，"it" 是舌面音。發音 "ich" 時，如果舌頭沒有往後縮，就會發成 "it"。

Nó thích ăn mít.（他喜歡吃波羅蜜。）

oc – op: đi học – đi họp	"oc" 是閉氣音，即嘴巴合閉並含氣；"op" 是嘴巴合閉音。 發音 "oc" 時，如果嘴巴沒有含氣，就會發成 "op"。 Nga đi học.（阿娥去上課。） Nga đi họp.（阿娥去開會。）
長音 – 短音	công tác（出差）　　　　　　công tắc（開關）

Luyện tập 練習

 ① **Đọc các thành ngữ sau** (B3.5/N3.5)
　　試讀成語

　　1. Bán tín bán nghi　　　　　　　　半信半疑

　　2. Có tật giật mình　　　　　　　　做賊心虛

　　3. Đồng cam cộng khổ　　　　　　　同甘共苦

　　4. Gần mực thì đen, gần đèn thì sáng　　近朱者赤，近墨者黑

② Luyện tập hội thoại (B3.6/N3.6)
會話練習

1. – Em có mệt không? 　　你累嗎？

　– Dạ, một chút ạ. 　　有一點。

2. – Em có bận không? 　　你忙嗎？

　– Dạ, em không bận lắm. 　我不太忙。

3. – Em làm gì? 　　你做什麼？

　– Dạ, em là học sinh. 　我是學生。

4. – Em ăn canh gì? 　　你要吃什麼湯？

　– Dạ, cho em canh cá. 　請給我魚湯。

5. – Em có ăn ớt không? 　你要吃辣椒嗎？

　– Dạ không ạ. 　　不要。

③ Đọc đoạn văn sau (B3.7/N3.7)
朗讀以下短文

Bé tên là Thu.

小朋友名字叫「秋」。

Thứ tư bé đi học, mẹ bé đi bộ đi chợ.

禮拜三她去上課，她媽媽走路去市場。

Ở chợ có bán gà, bán cá, bé thích ăn gà và ăn cá.

在市場有賣雞、賣魚，她喜歡吃雞和吃魚。

Bé còn thích đi thủ đô thăm quan Lăng Bác.

她還喜歡去首都參觀胡志明紀念堂。

Bé có một con chó tên là Lu Lu, nó rất to, nó rất quý bé.

她有一隻狗叫做「陸陸」，它很大，它很喜歡她。

Bé dắt chó đi vệ sinh, bé cho nó ăn, và cho nó ngủ cùng phòng bé.

她帶狗去上廁所，給狗吃，並給狗一起睡在她的房間。

Lăng Chủ tịch Hồ Chí Minh

④ **Dịch sang tiếng Việt**
   翻譯成越南文

1. 魚湯很好吃。 → _____

2. 小朋友有一隻狗。 → _____

3. 喜歡吃牛肉河粉。→ _____

4. 謝謝老師。 → _____

5. 喜歡在家看書。→ _____

Luyện tập nghe 聽力練習

🎧 ① **Nghe và điền âm cuối vào từ nghe được** (B3.8/N3.8)
填上聽到的尾音

1. xi____ đẹ____
2. cơ____ ngo____
3. cô____ tá____
4. lị____ trì____
5. khô____ ma____
6. ă____ ố____

7. tí____ tì____
8. co____ o____
9. tậ____ hợ____
10. khá____ sạ____
11. ngâ____ sá____
12. tả____ quạ____

🎧 ② **Nghe và điền vần vào các từ nghe được** (B3.9/N3.9)
填上聽到的韻母及聲調

1. r____ b____
2. s____ ch____
3. h____ g____
4. đ____ h____

5. m____ ch____
6. r____ t____
7. đ____ l____
8. th____ c____

9. nh____ t____
10. kh____ h____
11. kh____ th____
12. n____ s____

🎧 ③ **Nghe và khoanh tròn vào từ nghe được** (B3.10/N3.10)
把你聽到的詞圈起來

1.   a. em bé   b. em xé   c. em té

2.   a. nhẫn thín   b. nhãn thịt   c. nhăn tít

3.　　a. xen ké　　　　　b. xen kẽ　　　　　c. xem ké

4.　　a. công cốc　　　　b. cong cóc　　　　c. cung cúc

5.　　a. lênh khênh　　　b. lếch thếch　　　c. xênh xếch

6.　　a. cong cớn　　　　b. xong sớm　　　　c. xông sớm

7.　　a. đạp xe　　　　　b. đáp xe　　　　　c. táp xe

8.　　a. nắm vững　　　　b. nằm vững　　　　c. nấm rừng

9.　　a. tin tức　　　　　b. xin chức　　　　c. tin tặc

10.　　a. cỏn con　　　　b. còn con　　　　　c. còn son

④ Nghe và chọn âm đúng (B3.11/N3.11)
填上聽到的韻母

1. "anh" hay "ăn"?

　　___ c___　　　　　　x___ nhạt　　　　　　___ ___

2. "ach" hay "ăt"?

　　t___ trà　　　　　c___ chè　　　　　t___ quạt

3. "ich" hay "it"?

　　th___ cá　　　　　th___ cá　　　　　quả m___

4. "oc" hay "op"?

　　đi h___　　　　　đi h___　　　　　đặt c___

Phần
IV

Nguyên âm đôi

_____

單元四　雙母音

 北越口音　 南越口音

I. Nguyên âm đôi trọng âm trước (B4.1/N4.1)

前響雙母音
第一個母音發音響亮、清晰、較長，第二個母音較輕弱模糊、短促。

ai　ao　eo　êu　oi　ôi　ơi　ia　iu　ui　ưi　ưa

【ㄞ】【ㄠ】　　　　　　　　【一ㄜ】

Luyện tập 練習

① **Đọc các từ sau** (B4.2/N4.2)
試讀以下單字

áo dài（奧黛）　　　tại sao（為什麼）　　giao thông（交通）

ăn trưa（吃午餐）　　ăn tối（吃晚餐）　　môi giới（仲介）

ngủ trưa（睡午覺）　　xui xẻo（倒楣）　　đi chơi（去玩）

　　　　　　　　　　　bơi lội（游泳）　　bêu rếu（出糗）

　　　　　　　　　　　bị chửi（被罵）　　gọi món（點菜）

áo dài
（越南傳統國服「奧黛」）

② **Tập đọc các câu sau** (B4.3/N4.3)

朗讀以下句子

1. Nói thì dễ, làm thì khó. 說的容易，做才難。

2. Giao thông ở Hà Nội rất phức tạp. 河內的交通很複雜。

3. Con mèo kêu meo meo. 貓叫聲叫喵喵。

4. Ở nhà hàng, tôi gọi một tô bún cá và một cốc bia.

   在餐廳，我叫一碗魚酥米粉和一杯啤酒。

5. Xin lỗi, chị gọi sinh tố gì? Tôi gọi sinh tố bơ.

   對不起，妳叫什麼果汁？我叫酪梨果汁。

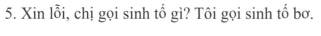

Phở bò
（牛肉河粉）

6. Chủ nhật, tôi thích đi bơi, đi chơi bi a, và đi ăn với bạn.

   週日，我喜歡去游泳，去打撞球，然後跟朋友一起吃飯。

7. Theo tôi thì, ngủ trưa một chút sẽ rất tốt.

   對我來說，睡一下午覺會很好。

8. Phở bò, bún chả, xôi xéo, bánh mì ở Hà Nội đều rất ngon.

   河內的牛肉河粉、烤肉米粉、綠豆糯米飯、越式麵包都很好吃。

Bánh mì
（越式麵包）

Bún chả
（烤肉米粉）

Xôi xéo
（綠豆糯米飯）

③ **Luyện tập hội thoại** (B4.4/N4.4)
會話練習

1. – Chào anh!   你好！

  – Chào em! Em thế nào?   你好！你好嗎？

  – Dạ, em ổn. Cảm ơn anh!   我不錯。謝謝你！

  – Không có gì!   不客氣！

2. – Chào em!   你好！

  – Dạ, em chào chị!   妳好！

  – Em ăn gì?   你要吃什麼？

  – Dạ, cho em cơm gà!   我要吃雞肉飯。

3. – Em xin lỗi cô, em sai rồi!   老師對不起，我錯了！

  – Không sao, cố lên em!   沒關係，加油！

4. – Chào em!   你好！

  – Dạ, nhà hàng chị có thực đơn   你餐廳有菜單嗎？

     không ạ?

  – Có em ạ, em đợi chút!   有，你等一下！

  – Vâng ạ!   好！

5. – Chào anh!   你好！

  – Chào em, em tên là gì?   你好！你叫什麼名字？

    – Dạ, em tên là Lan.　　　　　　　我叫「蘭」。

      Còn anh thì sao?　　　　　　　　你呢？

    – Anh tên là Minh!　　　　　　　　我叫「明」。

6. – Em ăn trưa chưa?　　　　　　　你吃午餐了沒？

    – Dạ, em ăn rồi ạ.　　　　　　　　我吃了。

④ **Dịch sang tiếng Việt**
翻譯成越南文

1. 我不喜歡去上班。→ _____

2. 為什麼你不吃？ → _____

3. 越南國服很美。→ _____

4. 我住在河內。→ _____

5. 你吃晚餐了嗎？ → _____

Luyện tập nghe 聽力練習

① **Nghe và nhắc lại** (B4.5/N4.5)
跟讀練習

② **Điền phụ âm vào các từ sau** (B4.6/N4.6)
填上聽到的子音

1. ____úng ____ai   7. ____ải ____ề

2. ____ải ____ái   8. ____ọi ____ại

3. ____ăm ____ưa   9. ____ỏi ____ăm

4. ____ia ____ạnh   10. ____ập ____ói

5. ____ế ____ào   11. ____ửa ____ới

6. ____ới ____ến   12. ____ưa ____ai

③ **Điền các vần vào các từ sau** (B4.7/N4.7)
填上聽到的韻母及聲調

1. b____ gi____   7. x____ x____

2. x____ h____   8. m____ ng____

3. v____ l____   9. r____ r____

4. r____ ph____   10. tr____ gh____

5. x____ g____   11. ____ đ____

6. đ____ s____   12. c____ q____

④ **Khoanh tròn vào từ nghe được** (B4.8/N4.8)
把你聽到的詞圈起來

1. a. dào dạt   b. ngào ngạt   c. xào xạc

2. a. bia bọt   b. mía ngọt   c. tỉa tót

3. a. bơi lội   b. chơi trội   c. chối tội

4. a. nơi chốn   b. nơi trốn   c. lời vốn

5. a. dại giai   b. dại trai   c. dài dai

6. a. héo hắt   b. kéo cắt   c. gieo giắt

7. a. dưa xào   b. dứa xào   c. rửa dao

8. a. rơi vãi   b. xơi tái   c. lái chơi

9. a. tình báo   b. trình báo   c. tin báo

10. a. cơ hàn   b. cưa hàn   c. chưa hàn

II. Nguyên âm đôi trọng âm sau (B5.1/N5.1)

後響雙母音

前母音發音較短而輕，後母音則發音較長、重和響亮，但兩個音必須緊密結合。

ay	au	ây	âu	oa	oe	ua
【短ㄞ】	【短ㄠ】	【ㄟ】	【ㄡ】	【ㄨㄚ】		【ㄨㄛ】

uê	uy	uơ	ưu
【ㄨㄝ】	【扁ㄩ】		

 III. Chú ý phát âm: Âm dài và âm ngắn (B5.2/N5.2)

Phân biệt âm dài và âm ngắn 分辨長音和短音

ngày mai（明天）

cái tai —— cái tay

（耳朵）　　　（手）

cháo trai —— cháo chay

（蚌殼粥）　　　（素粥）

tại sao —— sau này

（為何）　　　（以後）

cái này（這個）

Luyện tập 練習

 ① **Luyện đọc các từ sau** (B5.3/N5.3)

試讀以下單字

rất cay （很辣）	hôm nay （今天）	đi đâu （去哪裡）
lấy đồ （拿東西）	hoa đẹp （花很美）	sức khỏe （健康）
canh cua （螃蟹蔬菜湯）	thuê nhà （租房子）	tuy rằng （雖然）
thuở nào （哪時候 / 那時候）	cấp cứu （急救）	lái xe （開車）

 ② **Luyện đọc các câu sau** (B5.4/N5.4)

試讀以下句子

1. Chị có khỏe không? Cảm ơn, chị rất khỏe.

   妳身體好嗎？謝謝，我很好。

2. Bây giờ là mấy giờ? Bây giờ là sáu giờ sáng.

   現在是幾點？現在是早上六點。

3. Ở Hà Nội có nhà hàng Món Huế rất ngon.

   在河內有順化料理餐廳很好吃。

4. Máy bay đến trễ, tôi phải đợi ở sân bay một giờ.

飛機延遲，我得在機場等一個小時。

5. Thuê nhà ở trung tâm Hà Nội không rẻ.

在河內市中心租房子不便宜。

6. Đi đâu chơi và ăn gì? Đó là một câu hỏi khó.

去哪裡玩，吃什麼？這是一個難題。

7. Tôi cần đi thành phố Hồ Chí Minh năm ngày.

我要去胡志明市五天。

8. Hà Nội có bốn mùa, Sài Gòn chỉ có hai mùa.

河內有四季，西貢只有兩季。

Nhà hàng Món Huế

③ **Luyện đọc thành ngữ** (B5.5/N5.5)

試讀成語

1. Nằm mơ giữa ban ngày　　　　做白日夢

2. Ăn quả nhớ kẻ trồng cây　　　吃果子拜樹頭

3. Trăm nghe không bằng một thấy　百聞不如一見

 ④ **Luyện tập hội thoại** (B5.6/N5.6)

會話練習

1. – Chào em! Em có khỏe không?　你好！你好嗎？

　 – Dạ em khỏe, cảm ơn anh. Anh thì sao?

　　我很好，謝謝，你呢？

　 – Anh vẫn khỏe! Cảm ơn em! Hôm nay em có bận không?

　　我也很好！謝謝你！你今天忙嗎？

　 – Dạ, em không bận.　我不忙。

2. – Em ơi, hôm nay thứ mấy?　今天禮拜幾？

　 – Hôm nay thứ sáu anh ạ.　今天禮拜五。

　　Ngày mai mình đi chơi anh nhé!　明天我們去玩吧！

　 – Ừ! 好！

3. – Lan ơi, đi đâu đấy?　小蘭，去哪裡啊？

　 – Tớ đi gặp sếp.　我去見主管。

– Có lâu không? 會很久嗎？

– Chắc nhanh thôi! 應該很快！

4. – Ba ơi, ba đang làm gì ạ? 爸爸，你在做什麼啊？

– Ba đang nấu cơm. Hôm nay, con thích ăn gì?

我在煮飯。你今天喜歡吃什麼？

– Dạ, con thích ăn cá! 我喜歡吃魚！

– Ba sẽ làm cá cho con ăn. 我會做魚給你吃。

5. – Em đang tìm gì vậy? 你在找什麼啊？

– Em đang tìm cái ví. 我在找錢包。

– Hôm qua em để ở đâu? 昨天你放哪裡？

– Em quên rồi! 我忘了！

6. – Em sống ở đâu? 你住哪裡？

– Em sống ở gần đây. 我住附近。

⑤ **Dịch sang tiếng Việt**
翻譯成越南文

1. 我明天開車去上班。→ _____

2. 飛機六點飛。→ _____

3. 你去哪裡？我去吃飯。→ _____

4. 我喜歡吃辣。→ _____

5. 這個不便宜。→ _____

6. 我睡午覺睡了一個小時。→ _____

7. 今天粥不好吃。→ _____

8. 這裡沒有。→ _____

9. 為什麼你不去上課？→ _____

10. 螃蟹湯很好吃。→ _____

Luyện tập nghe 聽力練習

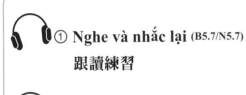

① **Nghe và nhắc lại** (B5.7/N5.7)
  跟讀練習

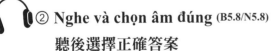

② **Nghe và chọn âm đúng** (B5.8/N5.8)
  聽後選擇正確答案

1. a. tay chân   b. tai chân

2. a. sai nắng   b. say nắng

3. a. sao vậy   b. sau vậy

4. a. tại sao   b. tại sau

5. a. ăn trai   b. ăn chay

③ **Nghe và điền phụ âm** (B5.9/N5.9)
填上聽到的子音

1. ____ứ ____ảy   7. ____ưa ____ay

2. ____ây ____à   8. ____oẻ ____ông

3. ____ôm ____ay   9. ____ày ____ào

4. ____áng ____au   10. ____ua ____ồ

5. ____ứ ____ấy   11. ____uê ____à

6. ____ai ____áu   12. ____i ____âu

④ **Nghe và điền vần** (B5.10/N5.10)
填上聽到的母音及聲調

1. th____ s____   7. th____ n____

2. ng____ l____   8. b____ x____

3. n____ s____   9. m____ b____

4. m____ gi____   10. t____ h____

5. s____ kh____   11. c____ s____

6. x____ m____   12. l____ g____

⑤ **Nghe và khoanh tròn vào từ nghe được** (B5.11/N5.11)

把你聽到的詞圈起來

1. a. ăn cháo   b. anh cháu   c. canh cháu

2. a. tay trái   b. tai trái   c. sai trái

3. a. cháo trai   b. cháu trai   c. cháo chay

4. a. đau đầu   b. lau đầu   c. cau trầu

5. a. ớt cay   b. ớt cây   c. ớt tây

6. a. xua tan   b. xóa tan   c. hòa tan

7. a. sốt cao   b. sút cao   c. sủi cảo

8. a. cay mắt   b. gai mắt   c. chai mặt

9. a. thuở nào   b. thảo nào   c. phở xào

10. a. dơ bẩn   b. dưa bẩn   c. dây bẩn

Phần
V

Nguyên âm ba

——

單元五　三合母音

聲音檔 　

北越口音　南越口音

I. Nguyên âm ba (B6.1/N6.1)

三合母音

有 "–" 表示前面有加子音。

-iêu/yêu

uôi, ươi, ươu

uya, uây

oai, oay, oeo

II. Luyện đọc âm (B6.2/N6.2)

試讀韻母

1. -iêu/yêu

bao nhiêu（多少）　　chiều tối（傍晚）　　yêu thích（喜愛）

2.　uôi　　　　　　ươi　　　　　　　　ươu

chuối（香蕉）　　người（人）　　rượu（酒）

3.　uya　　　　　　uây

　　　　　　　　　【ㄨㄟ】

khuya（深夜）　　quây（圍）

4.　oai　　　　　　oay　　　　　　　　oeo

　【長ㄨㄞ】　　【短ㄨㄞ】

hội thoại（會話）　　lốc xoáy（龍捲風）　　khoèo tay（指手彎曲變形）

Luyện tập 練習

① Luyện đọc các số sau (B6.3/N6.3)

試讀以下數字

0: không

1: một　　　11: mười một　　　21: hai mươi mốt

2: hai　　　12: mười hai　　　22: hai mươi hai

3: ba	13: mười ba	25: hai mươi lăm
4: bốn	14: mười bốn	30: ba mươi
5: năm	15: mười lăm	40: bốn mươi
6: sáu	16: mười sáu	50: năm mươi
7: bảy/bẩy	17: mười bảy	60: sáu mươi
8: tám	18: mười tám	70: bảy mươi
9: chín	19: mười chín	80: tám mươi
10: mười	20: hai mươi	90: chín mươi

 ② Luyện đọc các câu sau (B6.4/N6.4)

試讀以下句子

1. Người Đài rất lịch sự và vui vẻ giúp đỡ người khác.

   台灣人很有禮貌和樂於助人。

2. Khoai lang là thực phẩm tốt nhất cho tiêu hóa.

   地瓜是對消化最好的食品。

3. Rượu nếp là đặc sản của Bắc Giang.

   糯米酒是北江省的特產。

4. Tôi thích ăn vịt quay.

   我喜歡吃烤鴨。

5. Tôi không thích ăn ở ngoài.

   我不喜歡在外面吃飯。

③ **Luyện tập hội thoại** (B6.5/N6.5)
會話練習

1. – Em mua gì? 你要買什麼？

   – Dạ, em mua sách. Sách này bao nhiêu ạ?

   我要買書。這本書多少錢？

   – Chín mươi ngàn. 九萬。

2. – Chị cho hỏi, cái này bao nhiêu? 請問，這個多少錢？

   – Cái này năm mươi ngàn. 這個五萬。

   – Còn cái kia? 那個呢？

   – Sáu lăm ngàn. 六萬五。

3. – Chào em, em năm nay bao nhiêu tuổi?

   你好，你今年幾歲了？

   – Em năm nay hai tám tuổi. Còn anh thì sao?

   我二十八歲，你呢？

   – Anh ba lăm tuổi. Em có gia đình chưa?

   我三十五歲。你結婚了嗎？

   – Dạ, em chưa. 我還沒。

4. – Em đi đâu đấy? 你去哪裡啊？

   – Em ra ngoài một chút. 我出去一下。

   – Chị đi cùng em nhé? 我跟你一起去好嗎？

– Dạ thôi, em đi một mình ạ. 不用了，我自己去。

5. – Thứ bảy và chủ nhật em thích làm gì?

禮拜六和禮拜天你喜歡做什麼？

– Dạ, em ngủ đến trưa, chiều em đi tập thể thao. Chị thì sao?

我睡到中午，下午去做運動。你呢？

– Chị tám giờ dậy, sau đó đi bơi, trưa về nấu ăn.

我八點起床，然後去游泳，中午回來煮飯。

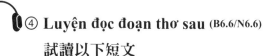

④ **Luyện đọc đoạn thơ sau** (B6.6/N6.6)
試讀以下短文

Trên trời mây trắng như bông

Ở dưới cánh đồng bông trắng như mây

Mấy cô má đỏ hây hây

Đội bông như thể đội mây về làng

天上白雲似棉花

田裡棉花似白雲

姑姑臉兒紅通通

頭頂如白雲的棉花回鄉村

⑤ **Dịch sang tiếng Việt**
翻譯成越南文

1. 地瓜多少錢？ → _____

2. 雞肉飯是嘉義的特產。→ _____

3. 我出去吃晚餐。→ _____

4. 我一個人在家。→ _____

5. 我買這個給你。→ _____

6. 我喜歡游泳、煮飯和做運動。→ _____

7. 很多台灣人喜歡吃消夜。→ _____

8. 你睡到幾點？ → _____

9. 你幾點吃早餐？→ _____

10. 請問這個多少錢？ → _____

Luyện tập nghe 聽力練習

🎧 ① **Nghe và nhắc lại** (B6.7/N6.7)
跟讀練習

🎧 ② **Nghe và điền phụ âm** (B6.8/N6.8)
填上聽到的子音

1. ____ên ____ưới

2. ____iều ____uá

3. ____uối ____ăm

4. ____iều ____ai

5. ____uổi ____ão

6. ____ười ____ươi

7. ____it ____uay

8. ____à ____oại

9. ____àm ____iều

10. ____ám ____ưỡi

11. ____uối ____anh

12. ____iều ____ười

🎧 ③ **Nghe và điền vần** (B6.9/N6.9)
填上聽到的韻母及聲調

1. ch____ c____

2. ng____ n____

3. m____ t____

4. b____ ch____

5. tr____ ng____

6. gi____ th____

7. b____ nh____

8. m____ ng____

9. t____ h____

10. nh____ m____

11. s____ th____

12. t____ nh____

Phần
VI

Vần ghép với nguyên âm đôi, nguyên âm ba và phụ âm cuối

——

單元六　韻母為雙母音、
　　　　三合母音加子音

聲音檔

北越口音

南越口音

I. Vần ghép với nguyên âm đôi và phụ âm cuối (1) (B7.1/N7.1)

雙母音後加子音（1）

【-iêm yêm】　　【-iên yên】　　　　【-iêng yêng】

【-iêt yêt】　　iêp　　iêc

【oam oăm】　　【oan　　oăn】　　　【oang　　oăng】
　　　　　　　　（ㄨㄢ）（短ㄨㄢ）　　（ㄨㄤ）（短ㄨㄤ）

oanh　　　　　oach

【oat oăt】　　【oac oăc】

oen oet　　　　oong ooc

Luyện tập 練習

 ① Luyện đọc các từ sau (B7.2/N7.2)

試讀以下單字

khiêm tốn （謙虛）	điện thoại （電話）	tiết kiệm （節儉）
tiếng Anh （英文）	tiếp tục （繼續）	làm việc （工作）
hoan nghênh （歡迎）	băn khoăn （猶豫不決）	trang hoàng （裝潢）
khoắng đồ （偷東西）	khoảnh khắc （瞬間）	thu hoạch （收穫）
hoạt động （活動）	nhọn hoắt （尖利／尖銳）	khoác lác （吹牛）
hoặc là （或者）	hoen ố （玷汙）	ăn mặc lòe loẹt （穿著大紅大綠）
ba toong （拐杖）	quần soóc （五分褲）	

② **Luyện đọc các câu sau** (B7.3/N7.3)
試讀以下句子

1. Anh ấy là người rất khiêm tốn.

   他是一個很謙虛的人。

2. Tại sao bạn thích học tiếng Việt?

   為什麼你喜歡學越南語？

3. Tiết kiệm là một đức tính tốt.

   節儉是好的德性。

4. Tiếp tục làm việc, chăm chỉ làm việc.

   繼續工作，認真工作。

5. Người Việt Nam nhiệt tình, tốt bụng và siêng năng.

   越南人熱情、好心和勤勞。

6. Biết người biết ta.

   知己知彼。

7. Dù ai nói ngả nói nghiêng,

   Lòng ta vẫn vững như kiềng ba chân.

   八風吹不動，心穩如泰山。（義譯）

Đây là cái kiềng

③ **Luyện tập hội thoại** (B7.4/N7.4)

會話練習

1. – Em học tiếng Việt ở đâu? 你在哪裡學越南語？

   – Dạ, em học ở trung tâm ngoại ngữ.

   我在語言中心學越南語。

   – Em học bao lâu rồi? 你學多久了？

   – Dạ, sáu tháng rồi. 六個月了。

2. – Em ơi!

   （叫人用的用語，對方比說話者小，如：小姐 / 先生 / 服務生等。）

   – Dạ, có việc gì không anh? 有什麼事嗎？

   – Sau khi tan làm đi ăn với anh nhé?

   下班後跟我一起去吃吧？

   – Dạ! 好！

3. – Bao giờ cháu đi Việt Nam? 你何時去越南？

   – Dạ, tháng sau ạ. 下個月。

   – Cháu đi bao nhiêu ngày? 你去幾天？

   – Dạ, cháu đi năm ngày ạ. 我去五天。

4. – Đố em biết, Đài Loan có gì nổi tiếng?

   你猜，台灣有什麼有名？

   – Dạ, trà sữa và gà chiên. 奶茶和炸雞。

– Vậy Việt Nam có gì nổi tiếng? 那越南有什麼有名？

– Cà phê và hạt điều. 咖啡和腰果。

– Em giỏi quá! 你真棒！

5. – Xin lỗi, chị cho gặp giám đốc. 不好意思，我要找經理。

– Dạ, giám đốc đi vắng rồi ạ. 經理不在位置上。

– Chị cho xin số điện thoại của giám đốc.

請給我經理的電話。

– Số điện thoại của giám đốc là: 0989317625.

經理電話號碼是：0989317625。

④ **Dịch sang tiếng Việt**
翻譯成越南文

1. 我是台灣人。→ _____

2. 我會說英文和越南文。→ _____

3. 我下個月去越南十天。→ _____

4. 你的電話號碼多少？→ _____

5. 小蘭，你有電話。→ _____

6. 你在哪裡工作？→ _____

7. 台灣有名的是奶茶。→ _____

8. 下班之後跟我去吃晚餐好嗎？ → _____

9. 蘭姐不在公司，蘭姐去見客戶了。 → _____

10. 你學越南語做什麼？ → _____

Luyện nghe 聽力練習

🎧 ① **Nghe và nhắc lại** (B7.5/N7.5)
跟讀練習

🎧 ② **Nghe và khoanh tròn vào từ nghe được** (B7.6/N7.6)
聽後把你聽到的詞圈起來

hai tiếng	làm biếng	thoáng mát	chắc khoảng
tiếp theo	làm việc	điện thoại	chiếc đèn
kế hoạch	tiền điện	tiền thuế	thuê nhà

🎧 ③ **Nghe và điền vần** (B7.7/N7.7)
填上聽到的韻母及聲調

1. ng____ ng____   7. x ____ b ____

2. l____ q ____   8. h ____ ngh ____

3. t____ đ ____   9. đ ____ t ____

4. g____ ch ____   10. đ ____ g ____

5. m____ th ____   11. kh____ kh ____

6. m____ x ____   12. b____ l ____

 ④ **Nghe và khoanh tròn vào từ nghe được** (B7.8/N7.8)
聽後把你聽到的詞圈起來

1.   a. yên tĩnh   b. chiếm lĩnh   c. chiến binh

2.   a. láng cóng   b. láng coóng   c. sáng bóng

3.   a. chiến tranh   b. tiến hành   c. tiền xanh

4.   a. sóng sánh   b. đặc quánh   c. chóng vánh

5.   a. kiêng kị   b. kinh kì   c. tính khí

6.   a. tiếp tục   b. thiết thực   c. kíp trực

7.   a. loăng quăng   b. loanh quanh   c. lanh chanh

8.   a. hoang lạnh   b. quang cảnh   c. hoàng khanh

9.   a. lóc cóc   b. loong coong   c. loóc coóc

10.   a. xoen xoét   b. toen hoét   c. choen choét

II. Vần ghép với nguyên âm đôi và phụ âm cuối (2) (B8.1/N8.1)

雙母音後加子音（2）

uân　　　　　uâng　　　　　uât

【ㄨㄣ】　　　【ㄨㄥ】

uôm　　　　　uôn　　　　　uông　　　uôt　　　uôc

uyn　　　　　uyt　　　　　uynh　　　uych　　uênh　　uêch

【ㄩㄣ】

ươm　　　　　ươn　　　　　ương　　　ươp　　　ươt　　　ược

 ## III. Vần ghép với nguyên âm ba và phụ âm cuối (B8.2/N8.2)

三合母音後加子音

uyên　uyêt

Luyện tập 練習

 ① **Luyện đọc các từ sau** (B8.3/N8.3)

試讀以下單字

quần áo （衣服）	mùa xuân （春天）	ngu xuẩn （愚蠢）
bâng khuâng （悵惘、惘然）	xuất phát （出發）	nhuộm tóc （染頭髮）
buôn bán （買賣）	nuông chiều （寵愛）	suốt đời （一生）
uống thuốc （吃藥）	màn tuyn （蚊帳）	suýt nữa （差點）
phụ huynh （家長）	huênh hoang （囂張）	khuếch đại （擴大）
con bướm （蝴蝶）	mướn nhà （租房子）	tưởng tượng （想像）
tẩm ướp （醃）	lần lượt （順序）	hài hước （幽默）
thường xuyên （常常）	quyết tâm （決心）	

 ② **Luyện đọc các câu sau** (B8.4/N8.4)

試讀以下句子

1. Thường xuyên uống nhiều nước là một thói quen tốt.

   常常喝水是很好的習慣。

2. Uống nước nhớ nguồn. 飲水思源。

3. Ước mơ của tôi là trở thành phi công. 我的夢想是成為機師。

 ③ **Luyện tập hội thoại** (B8.5/N8.5)
會話練習

1. – Anh là người nước nào? 你是哪國人？

   – Anh là người Đài Loan. Còn em? 我是台灣人。你呢？

   – Dạ, em là người Việt Nam. 我是越南人。

2. – Cuối tuần em thường làm gì? 週末你常做什麼？

   – Dạ em thường ngủ nướng. 我常睡覺。

   – Ngủ nướng không tốt đâu. 睡多不好啦。

   – Dạ em biết ạ. 我知道啊。

3. – Em gọi đồ uống chưa? 你點飲料了嗎？

   – Dạ, em gọi rồi. 我點了。

   – Chị bảo phục vụ mang lên ngay. 我請服務員馬上送上來。

4. – Chị ơi cho em hai suất cơm gà. 請給我兩份雞肉飯。

   – Ăn ở đây hay mang về? 內用還是外帶？

   – Dạ, mang về ạ. 外帶。

   – Em ăn rau gì? 你吃什麼青菜？

   – Dạ cho em bắp cải, rau muống, và trứng sốt cà chua.

我吃高麗菜、空心菜和番茄炒蛋。

5. – Trông em mệt mỏi quá! 看你好像很累！

– Dạ, tối qua em ngủ muộn. 是，我昨天晚睡。

– Sao vậy? Có chuyện gì à? 怎麼了？發生了什麼事？

– Dạ, dạo này em mất ngủ. 我最近失眠。

④ **Luyện đọc đoạn văn sau** (B8.6/N8.6)
試讀以下短文

Tôi tên là Mai. Tôi là người Đài Loan. Tôi sống và làm việc ở Đài Bắc.
Tôi năm nay ba mươi tuổi. Tôi có một căn hộ chung cư không rộng lắm
nhưng sạch sẽ. Tôi thích nấu ăn, thích tập thể thao, thích đi du lịch. Tôi
đang học tiếng Việt, tôi muốn tìm hiểu về văn hóa và con người Việt
Nam. Tôi rất thích đồ ăn Việt Nam, và tôi muốn có nhiều bạn người Việt
Nam.

我叫「梅」。我是台灣人，我在台北生活及工作。我今年三十歲。我
有一間套房，不太大，但乾淨。我喜歡煮飯、做運動、去旅遊。我正
在學越南語，我想了解越南文化及越南人文。我喜歡吃越南料理，我
想有很多越南朋友。

⑤ **Dịch sang tiếng Việt**
翻譯成越南文

我名字是明。我一個禮拜上班五天。週末我喜歡在家睡覺,因為工作
五天很累。偶爾,我跟朋友出去看電影、去餐廳吃飯、去買衣服或跑步。
我也喜歡去旅遊。我會存錢,買房子,買車,及去國外旅行。

_____

_____

_____

_____

Luyện nghe 聽力練習

① **Nghe và nhắc lại** (B8.7/N8.7)
跟讀練習

② **Nghe và khoanh tròn vào từ nghe được** (B8.8/N8.8)
聽後把你聽到的詞圈起來

tên là	đường đi	nóng lạnh	xe buýt	đồ uống
lương cao	bao nhiêu	đặc sản	tốt bụng	ăn ngoài

| quán ăn | xếp hàng | thành thật | sang đường | nước ngọt |

sáng bóng   không được   nấu ăn   sắp xếp   bắt đầu

 ③ **Nghe và khoanh tròn vào từ nghe được** (B8.9/N8.9)
把你聽到的詞圈起來

1. a. nhuộm màu   b. nhuốm màu   c. nhuốm máu

2. a. kiên quyết   b. tiên quyết   c. xuyên suốt

3. a. quả quýt   b. quả quyết   c. cả quyết

4. a. cá cược   b. cá vược   c. cà nướng

5. a. ướp lạnh   b. ướt lạnh   c. ớt lạnh

6. a. bắt chước   b. bắt được   c. cắt được

7. a. luân phiên   b. luôn phiên   c. buồn phiền

8. a. huynh đệ   b. huỳnh đế   c. hoàng đế

9. a. huênh hoang   b. tuềnh toàng   c. chuếnh choáng

10. a. tuyển dụng   b. chuyên dùng   c. khuyên dùng

附錄一
Bụi phấn 粉筆灰

Sáng tác: Vũ Hoàng – Lê Văn Lộc

Khi Thầy viết bảng	老師寫板書
bụi phấn rơi rơi	粉筆灰掉落
Có hạt bụi nào	多少粉筆灰
rơi trên bục giảng	散落在講台
Có hạt bụi nào	多少粉筆灰
vương trên tóc Thầy...	灑落在頭上

Em yêu phút giây này	我愛這個時刻
Thầy em, tóc như bạc thêm	我的老師，頭髮好像更白了
bạc thêm vì bụi phấn	因為粉筆灰而更白
cho em bài học hay	給了我好的教導

Mai sau lớn, nên người	以後長大了
Làm sao, có thể nào quên?	怎麼可以忘記
Ngày xưa Thầy dạy dỗ	以前您的教誨
khi em tuổi còn thơ...	在我年幼的時候

附錄二
越南語長音、短音列表

	長音	短音
ai/ay	ai【長音】 cái tai	ay【短音】 cái tay
ao/au	ao【長音】 cháo	au【短音】 cháu
âng/ưng	âng【長音】 tầng	ưng【短音】 từng
ơ/â	ơ【長音】 bớt	â【短音】 bất
oai/oay	oai【長音】 ngoái	oay【短音】 ngoáy
am/ăm	am【長音】 tám	ăm【短音】 tắm
ap/ăp	ap【長音】 sáp	ăp【短音】 sắp
an/ăn	an【長音】 can	ăn【短音】 căn

at/ăt	at【長音】 tát	ăt【短音】 tắt
ang/ăng	ang【長音】 mang	ăng【短音】 măng
ac/ăc	ac【長音】 các	ăc【短音】 cắc
oam/oăm	oam【長音】 ngoạm	oăm【短音】 ngoặm
oan/oăn	oan【長音】 khoan	oăn【短音】 khoăn
oang/oăng	oang【長音】 thoáng	oăng【短音】 thoắng
oat/oăt	oat【長音】 khoát	oăt【短音】 khoắt
oac/oăc	oac【長音】 hoác	oăc【短音】 hoắc

附錄三
越南語容易混淆的音

l-đ	l 【捲舌】 đ 【後縮】 例：lôi/đôi；ló/đó；lang/đang
ê/ây	ê → 發音完嘴巴固定著，不收回 ây → 發完嘴巴收回 例：thế/thấy
ô/âu	ô → 發音時嘴巴一開始保持圓的狀態，發音結束嘴巴固定 âu → 發音時一開始嘴巴張開再往內收，最後保持圓的狀態 例：đồ/đầu
uân/uôn	uân → 重音強調在後面 uôn → 重音強調在前面 例：luân/luôn

附錄四
NGHE HIỂU
聽力內容

Phần I: Nguyên âm và phụ âm

I. Nguyên âm (B1.1/N1.1)

a, ă, â, o, ô, ơ, e, ê, u, ư, i, y

II. Phụ âm (B1.2/N1.2)

b, p, m, n, l, đ, d, gi, r, ph, v, h, c, k, q (qu), x, s, ch, tr, t, th, kh, nh, g, gh, ng, ngh

III. Bảng phiên âm (B1.3/N1.3)
單字 **(B1.4/N1.4)**

IV. Chú ý phát âm (B1.5/N1.5)

e/ê:	be/bê	xe/xê
	che/chê	me/mê
ơ/ư:	tơ/tư	thơ/thư
	mơ/mư	sơ/sư
l/đ:	la/đa	lô/đô
	le/đe	lu/đu
c/g:	ca/ga	co/go
	cu/gu	cư/gư
n/nh:	no/nho	ni/nhi
	ne/nhe	nơ/nhơ

Luyện nghe

① **Khoanh tròn vào nguyên âm nghe được (B1.6/N1.6)**

1. ê   2. ơ   3. ă   4. o   5. ư

② **Khoanh tròn vào phụ âm nghe được (B1.7/N1.7)**

1. ph	7. t
2. b	8. tr
3. h	9. x
4. đ	10. g/gh
5. r	11. nh
6. d	12. ng/ngh

③ **Phân biệt âm: Chọn từ nghe được (B1.8/N1.8)**

1. la	6. cư
2. gô	7. nhi
3. lu	8. tư
4. nhơ	9. đi
5. the	10. co

Phần II: Thanh điệu

I. Thanh điệu (B2.1/N2.1)

ba bá bả bạ bà bã

xe to   da dê   đi xe

có xe   cá to   nhớ má

ở   phở   quả lê   đi ngủ

đi chợ   sợ quá   tự do

về nhà   pha trà   cà phê

chờ xe   phở bò   phở gà

ngã xe   đỗ xe   cũ kĩ   chỗ cũ

II. Chú ý phát âm thanh điệu (B2.2/N2.2)

sờ vợ – sợ vợ

cũ kĩ – cú kí

nhà cũ – nhà cú

chở vợ – chờ vợ

đổ xe – đỗ xe

Luyện tập

① **Luyện đọc các từ sau (B2.3/N2.3)**

về nhà   mờ quá
lề mề   lo nghĩ
thủ đô   số nhà
cá thu   ba mẹ
ô tô   đi bộ

② **Luyện đọc các câu sau (B2.4/N2.4)**

1.
Bà về nhà bà
Ba về nhà ba
Bà về nhà ba pha trà
Ba về nhà bà pha cà phê

2.
Tố Nga có nhà to, Tố Nga có xe to
Tố Nga về quê, bố mẹ cho quà
Quà là gà, là cá, là trà, là cà phê
Tố Nga chở đồ bố mẹ cho về nhà

Luyện nghe

① **Nghe và khoanh tròn vào từ nghe được (B2.5/N2.5)**

1. mờ   6. xa quá

2. xa   7. to nhỏ

3. nhỏ   8. có cỏ

4. khẽ   9. nhà cũ

5. ngụ   10. tô phở

② **Phân biệt thanh điệu (B2.6/N2.6)**

1. bo   6. để

2. bả   7. xè

3. chợ   8. cà

4. mã   9. ngỏ

5. đố   10. mí

③ **Điền phụ âm vào các từ sau (B2.7/N2.7)**

xa quê	sợ vợ	phố xá	xe cộ
số nhà	gà ta	xô ngã	bố vợ
thủ quỹ	chỗ đó	nhớ nhà	thu về

④ **Nghe xong điền nguyên âm và thanh điệu vào các từ sau (B2.8/N2.8)**

sư tử	bé nhỏ	chó xù	ma quỷ
dỡ bỏ	tú bà	quả khế	xổ số
mỡ bò	xử lý	thứ ba	xa mẹ

⑤ **Nghe xong điền dấu vào nguyên âm, sau đó điền thanh điệu (B2.9/N2.9)**

1.

về nhà	nhớ mẹ	mơ hồ	đi ngủ
nhà cũ	đi tu	pha trà	xe nhỏ
cho quà	quả me	thủ đô	chờ xe
nhẹ quá	chè khô	thứ tự	

2.

Hà quê ở Sapa

Ở Sapa nhà Hà to

Xa xa là nhà Hà đó

Hà đi xe đi chợ

Hà bị ngã xe

Bố mẹ Hà lo quá!

⑥ **Nghe và chọn phụ âm đúng (B2.10/N2.10)**

1. "n" hay "l"

    quả na   lo nghĩ   lề mề

2. "l" hay "đ"

    đi xe   lô đề   thủ đô

3. "n" hay "nh"?

    về nhì   no quá   nhớ nhà

4. "c" hay "g"

    gà ta   cà ta   ga cũ

Phần III: Âm cuối

I. Bảng phiên âm âm cuối (B3.1/N3.1)

II. Nguyên tắc phát âm âm cuối (B3.2/N3.2)

ap	at
ac	ach
sạp	tát
sạc	khách
ap/ăp	at/ăt
ac/ăc	sáp/sắp
tát/tắt	mác/mắc
đi làm	xem phim
đi họp	ngữ pháp
xe ôm	
cảm ơn	tắt đèn

93

kẹt xe

thịt lợn

ăn đêm

tháng ba

tăng ca

các bạn

chắc chắn

nhanh

xinh đẹp

bánh chưng

khách sạn

du lịch

đọc sách

sống

ăn xong

tan ca

ăn cơm

rất ngon

sáng sớm

mang cơm

thắc mắc

tờ séc

quả chanh

sinh tố

chính xác

thích gì

con ếch

đi học

không đúng

ăn ốc

là không tốt

ich-it　Nó thích ăn mít

oc-op　đi học – đi họp

Nga đi học

Nga đi họp

Luyện tập

① **Đọc các thành ngữ sau (B3.5/ N3.5)**

1. Bán tín bán nghi

2. Có tật giật mình

3. Đồng cam cộng khổ

4. Gần mực thì đen, gần đèn thì sáng

② **Luyện tập hội thoại (B3.6/N3.6)**

1. – Em có mệt không?

– Dạ một chút ạ.

2. – Em có bận không?

– Dạ em không bận lắm.

3. – Em làm gì?

– Dạ, em là học sinh.

4. – Em ăn canh gì?

– Dạ, cho em canh cá.

5. – Em có ăn ớt không?

– Dạ, không ạ.

*6 âm: ong, ông, ung, oc, ôc, uc (B3.3/N3.3)

III. Chú ý phát âm (B3.4/N3.4)

anh-ăn: anh ăn phở

Có ăn canh không?

Ăn cá không có chanh tanh lắm

ach-ăt　khách tắt đèn đi ngủ.

Mẹ xách giỏ đi chợ

Khách hàng là số một, chặt chém

③ **Đọc đoạn văn sau (B3.7/N3.7)**

Bé tên là Thu.

Thứ tư bé đi học, mẹ bé đi bộ đi chợ.

Ở chợ có bán gà, bán cá, bé thích ăn gà và ăn cá.

Bé còn thích đi thủ đô thăm quan Lăng Bác.

Bé có một con chó tên là Lu Lu, nó rất to, nó rất quý bé.

Bé dắt chó đi vệ sinh, bé cho nó ăn, và cho nó ngủ cùng phòng bé.

Luyện tập nghe

① **Nghe và điền âm cuối vào từ nghe được (B3.8/N3.8)**

1. xinh đẹp
2. cơm ngon
3. công tác
4. lịch trình
5. không mang
6. ăn ốc
7. tính tình
8. con ong
9. tập hợp
10. khách sạn
11. ngân sách
12. tắt quạt

② **Nghe và điền vần vào các từ nghe được (B3.9/N3.9)**

1. rất bận
2. sống chết
3. hẹn gặp
4. đang học
5. một chút
6. rất tốt
7. đến làm
8. thành công
9. nhắn tin
10. khách hàng
11. không thích
12. năm sinh

③ **Nghe và khoanh tròn vào từ nghe được (B3.10/N3.10)**

1. em bé
2. nhãn thịt
3. xen kẽ
4. công cốc
5. lếch thếch
6. xong sớm
7. đạp xe
8. nắm vững
9. tin tức
10. cỏn con

④ **Nghe và chọn âm đúng (B3.11/N3.11)**

1. "anh" hay "ăn"?

   ăn canh   xanh nhạt   ăn ảnh

2. "ach" hay "ăt"?

   tách trà   cắt chè   tắt quạt

3. "ich" hay "it"?

   thích cá   thịt cá   quả mít

4. "oc" hay "op"?

   đi học   đi họp   đặt cọc

Phần IV: Nguyên âm đôi

I. Nguyên âm đôi trọng âm trước (B4.1/N4.1)

ai	ao	eo	êu	oi
ôi	ơi	ia	iu	ui
ưi	ưa			

95

Luyện tập

① Đọc các từ sau (B4.2/N4.2)

áo dài	tại sao	giao thông
ăn trưa	ăn tối	môi giới
ngủ trưa	xui xẻo	đi chơi
bơi lội	bêu rếu	bị chửi
gọi món		

② Tập đọc các câu sau (B4.3/N4.3)

1. Nói thì dễ, làm thì khó.
2. Giao thông ở Hà Nội rất phức tạp.
3. Con mèo kêu meo meo.
4. Ở nhà hàng, tôi gọi một tô bún cá và một cốc bia.
5. Xin lỗi, chị gọi sinh tố gì? Tôi gọi sinh tố bơ.
6. Chủ nhật, tôi thích đi bơi, đi chơi bi a, và đi ăn với bạn.
7. Theo tôi thì, ngủ trưa một chút sẽ rất tốt cho sức khỏe.
8. Phở bò, bún chả, xôi xéo, bánh mì ở Hà Nội đều rất ngon.

③ Luyện tập hội thoại (B4.4/N4.4)

1. – Chào anh!
   – Chào em! Em thế nào?
   – Dạ, em ổn. Cảm ơn anh!
   – Không có gì!

2. – Chào em!
   – Dạ, em chào chị!
   – Em ăn gì?
   – Dạ, cho em cơm gà!

3. – Em xin lỗi cô, em sai rồi!
   – Không sao, cố lên em!

4. – Chào em!
   – Dạ, nhà hàng chị có thực đơn không ạ?
   – Có em ạ, em đợi chút!
   – Vâng ạ!

5. – Chào anh!
   – Chào em, em tên là gì?
   – Dạ, em tên là Lan. Còn anh thì sao?
   – Anh tên là Minh.

6. – Em ăn trưa chưa?
   – Dạ, em ăn rồi ạ.

Luyện tập nghe

① Nghe và nhắc lại (B4.5/N4.5)

nhà hàng	nghỉ trưa
đi bơi	đi chơi
công tác	du lịch
sáng mai	sức khỏe
bánh mì	đặt bàn

② Điền phụ âm vào các từ sau (B4.6/N4.6)

1. đúng sai
2. phải trái
3. tắm chưa
4. bia lạnh
5. thế nào
6. mới đến
7. phải về
8. gọi lại
9. hỏi thăm
10. tập nói
11. vừa mới
12. trưa mai

③ Điền các vần vào các từ sau (B4.7/N4.7)

1. bao giờ
2. xin hỏi
3. vào làm
4. rẽ phải
5. xôi gà
6. đúng sai
7. xá xíu
8. mời ngồi
9. rảnh rỗi
10. trêu ghẹo
11. ổi đào
12. cao quá

④ Khoanh tròn vào từ nghe được (B4.8/N4.8)

1. dào dạt
2. mía ngọt
3. bơi lội
4. nơi chốn
5. dại trai
6. kéo cắt
7. rửa dao
8. rơi vãi
9. trình báo
10. cơ hàn

II. Nguyên âm đôi trọng âm sau (B5.1/N5.1)

ay   au   ây   âu   oa   oe

ua   uê   uy   ươ   ưu

III. Chú ý phát âm:
Âm dài và âm ngắn (B5.2/N5.2)

- ngày mai
- cái tai/ cái tay
- cháo trai/cháo chay
- tại sao/sau này

Luyện tập

① Luyện đọc các từ sau (B5.3/N5.3)

rất cay   hôm nay   đi đâu

lấy đồ   hoa đẹp   sức khỏe

canh cua   thuê nhà   tuy rằng

thuở nào   cấp cứu   lái xe

② Luyện đọc các câu sau (B5.4/N5.4)

1. Chị có khỏe không? Cảm ơn, chị rất khỏe.

2. Bây giờ là mấy giờ? Bây giờ là sáu giờ sáng.

3. Ở Hà Nội có nhà hàng Món Huế rất ngon.

4. Máy bay đến trễ, tôi phải đợi ở sân

bay một giờ.

5. Thuê nhà ở trung tâm Hà Nội không rẻ.

6. Đi đâu chơi và ăn gì? Đó là một câu hỏi khó.

7. Tôi cần đi thành phố Hồ Chí Minh năm ngày.

8. Hà Nội có bốn mùa, Sài Gòn chỉ có hai mùa.

③ **Luyện đọc thành ngữ (B5.5/N5.5)**

1. Nằm mơ giữa ban ngày

2. Ăn quả nhớ kẻ trồng cây

3. Trăm nghe không bằng một thấy

④ **Luyện tập hội thoại (B5.6/N5.6)**

1. – Chào em! Em có khỏe không?

 – Dạ, em khỏe, cảm ơn anh. Anh thì sao?

 – Anh vẫn khỏe! Cảm ơn em! Hôm nay em có bận không?

 – Dạ, em không bận.

2. – Em ơi, hôm nay thứ mấy?

 – Hôm nay thứ sáu anh ạ.

 – Ngày mai mình đi chơi anh nhé!

 – Ừ!

3. – Lan ơi, đi đâu đấy?

 – Tớ đi gặp sếp.

– Có lâu không?

– Chắc nhanh thôi!

4. – Ba ơi, đang đang làm gì ạ?

 – Ba đang nấu cơm. Hôm nay, con thích ăn gì?

 – Dạ, con thích ăn cá!

 – Ba sẽ làm cá cho con ăn.

5. – Em đang tìm gì vậy?

 – Em đang tìm cái ví.

 – Hôm qua em để ở đâu?

 – Em quên rồi!

6. – Em sống ở đâu?

 – Em sống ở gần đây.

Luyện nghe

① **Nghe và nhắc lại (B5.7/N5.7)**

1. khỏe chưa   6. anh ấy

2. với ai   7. đi đâu

3. ngày mai   8. gần đây

4. tối nay   9. của ai

5. bao lâu   10. giơ tay

② **Nghe và chọn âm đúng (B5.8/N5.8)**

1. tay chân   4. tại sao

2. say nắng   5. ăn chay

3. sao vậy

③ **Nghe và điền phụ âm (B5.9/N5.9)**

1. thứ bảy   7. trưa nay
2. đây là   8. khỏe không
3. hôm nay   9. ngày nào
4. tháng sau   10. mua đồ
5. thứ mấy   11. thuê nhà
6. hai sáu   12. đi lâu

④ **Nghe và điền vần (B5.10/N5.10)**

1. tháng sáu   7. thế nào
2. ngày lễ   8. bao xa
3. nói sai   9. máy bay
4. mấy giờ   10. tàu hỏa
5. sau khi   11. cây số
6. xe máy   12. lẩu gà

⑤ **Nghe và khoanh tròn vào từ nghe được (B5.11/N5.11)**

1. ăn cháo   6. xóa tan
2. tai trái   7. sốt cao
3. cháo chay   8. cay mắt
4. đau đầu   9. phở xào
5. ớt tây   10. dơ bẩn

Phần V: Nguyên âm ba
I. Nguyên âm ba (B6.1/N6.1)

-iêu/yêu, uôi, ươi, ươu, uya, uây, oai, oay, oeo

II. Luyện đọc âm (B6.2/N6.2)

1. iêu/yêu
   bao nhiêu, chiều tối, yêu thích
2. uôi, ươi, ươu
   chuối, người, rượu
3. uya, uây
   khuya, quây
4. oai, oay, oeo
   hội thoại, lốc xoáy, khoèo tay

Luyện tập
① **Luyện đọc các số sau (B6.3/N6.3)**
không

một	mười một	hai mươi mốt
hai	mười hai	hai mươi hai
ba	mười ba	hai mươi lăm
bốn	mười bốn	ba mươi
năm	mười lăm	bốn mươi
sáu	mười sáu	năm mươi
bảy	mười bảy	sáu mươi
tám	mười tám	bảy mươi
chín	mười chín	tám mươi
mười	hai mươi	chín mươi

② **Luyện đọc các câu sau (B6.4/N6.4)**

1. Người Đài rất lịch sự và vui vẻ giúp đỡ người khác.

2. Khoai lang là thực phẩm tốt nhất
   cho tiêu hóa.

3. Rượu nếp là đặc sản của Bắc Giang.

4. Tôi thích ăn vịt quay.

5. Tôi không thích ăn ở ngoài.

③ Luyện tập hội thoại (B6.5/N6.5)

1. – Em mua gì?

   – Dạ, em mua sách. Sách này bao
     nhiêu ạ?

   – Chín mươi ngàn.

2. – Chị cho hỏi, cái này bao nhiêu?

   – Cái này năm mươi ngàn.

   – Còn cái kia?

   – Sáu lăm ngàn.

3. – Chào em, em năm nay bao nhiêu
     tuổi?

   – Em năm nay hai tám tuổi. Còn
     anh thì sao?

   – Anh ba lăm tuổi. Em có gia đình
     chưa?

   – Dạ, em chưa?

4. – Em đi đâu đấy?

   – Em ra ngoài một chút.

   – Chị đi cùng em nhé?

   – Dạ thôi, em đi một mình ạ.

5. – Thứ bảy và chủ nhật em thích làm
     gì?

   – Dạ em ngủ đến trưa, chiều em đi
     tập thể thao. Chị thì sao?

   – Chị tám giờ dậy, sau đó đi bơi,
     trưa về nấu ăn.

④ Luyện đọc đoạn thơ sau (B6.6/N6.6)

Trên trời mây trắng như bông

Ở dưới cánh đồng bông trắng như
mây

Mấy cô má đỏ hây hây

Đội bông như thể đội mây về làng

Luyện nghe
① Nghe và nhắc lại (B6.7/N6.7)

1. năm ngoái	6. mười một
2. tuổi	7. bao nhiêu
3. bia rượu	8. giới thiệu
4. ra ngoài	9. người Đài
5. quay lại	10. ăn khuya

② Nghe và điền phụ âm (B6.8/N6.8)

1. trên dưới	7. vịt quay
2. nhiều quá	8. nhà ngoại
3. cuối năm	9. làm chiều
4. chiều mai	10. tám rưỡi
5. tuổi mão	11. chuối xanh
6. cười tươi	12. nhiều người

③ **Nghe và điền vần (B6.9/N6.9)**

1. chiều con	7. bao nhiêu
2. người nào	8. mọi người
3. miêu tả	9. tìm hiểu
4. buổi chiều	10. nhiều mây
5. trong ngoài	11. siêu thị
6. giới thiệu	12. tiêu nhiều

Phần VI: Vần ghép với nguyên âm đôi, nguyên âm ba và phụ âm cuối

I. Vần ghép với nguyên âm đôi và phụ âm cuối (1) (B7.1/N7.1)

iêm, iên, iêng, iêp, iêc

oam, oăm, oan, oăn, oang, oăng, oanh, oach

oat, oăt, oac, oăc

oen, oet, oong, ooc

Luyện tập

① **Luyện đọc các từ sau (B7.2/N7.2)**

khiêm tốn	điện thoại
tiết kiệm	tiếng Anh
tiếp tục	làm việc
hoan nghênh	băn khoăn
trang hoàng	khoảng đồ
khoảnh khắc	thu hoạch
hoạt động	nhọn hoắt
khoác lác	hoặc là
hoen ố	ăn mặc lòe loẹt
ba toong	quần soóc

② **Luyện đọc các câu sau (B7.3/N7.3)**

1. Anh ấy là người rất khiêm tốn.
2. Tại sao bạn thích học tiếng Việt?
3. Tiết kiệm là một đức tính tốt.
4. Tiếp tục làm việc, chăm chỉ làm việc.
5. Người Việt Nam nhiệt tình, tốt bụng và siêng năng.
6. Biết người biết ta.
7. Dù ai nói ngả nói nghiêng
   Lòng ta vẫn vững như kiềng ba chân.

③ **Luyện tập hội thoại (B7.4/N7.4)**

1. – Em học tiếng Việt ở đâu?
   – Dạ, em học ở trung tâm ngoại ngữ.
   – Em học bao lâu rồi?
   – Dạ, sáu tháng rồi.
2. – Em ơi!
   – Dạ, có việc gì không anh?
   – Sau khi tan làm đi ăn với anh nhé?
   – Dạ!

3. – Bao giờ cháu đi Việt Nam?

　　– Dạ, tháng sau ạ.

　　– Cháu đi bao nhiêu ngày?

　　– Dạ, cháu đi năm ngày ạ.

4. – Đố em biết, Đài Loan có gì nổi
　　tiếng?

　　– Dạ, trà sữa và gà chiên.

　　– Vậy Việt Nam có gì nổi tiếng?

　　– Cà phê và hạt điều.

　　– Em giỏi quá!

5. – Xin lỗi, chị cho gặp giám đốc.

　　– Dạ, giám đốc đi vắng rồi ạ.

　　– Chị cho xin số điện thoại của
　　giám đốc.

　　– Số điện thoại của giám đốc là:
　　0989317625.

Luyện nghe

① **Nghe và nhắc lại (B7.5 /N7.5)**

1. Đài Loan

2. Việt Nam

3. công việc

4. nhiệt độ

5. thỉnh thoảng

6. đồ trang điểm

7. biết nói tiếng Việt

8. bao nhiêu tiền

9. tiêu bao nhiêu tiền

10. không mang điện thoại

② **Nghe và khoanh tròn vào từ
nghe được (B7.6 /N7.6)**

làm biếng	thoáng mát
chắc khoảng	làm việc
điện thoại	chiếc đèn
tiền điện	

③ **Nghe và điền vần (B7.7/N7.7)**

1. ngoan ngoãn　　7. xanh biếc

2. loăng quăng　　8. hoan nghênh

3. từ điển　　9. đón tiếp

4. gà chiên　　10. đoạt giải

5. miễn thuế　　11. khoảnh khắc

6. miến xào　　12. bạo loạn

④ **Nghe và khoanh tròn vào từ
nghe được (B7.8/N7.8)**

1. yên tĩnh　　6. tiếp tục

2. sáng bóng　　7. loăng quăng

3. chiến tranh　　8. quang cảnh

4. đặc quánh　　9. lóc cóc

5. kiêng kị　　10. xoen xoét

II. Vần ghép với nguyên âm đôi và phụ âm cuối (2) (B8.1/N8.1)

uân	uâng	uât
uôm	uôn	uông
uôt	uôc	
uyn	uyt	uynh
uych	uênh	uêch
ươm	ươn	ương
ươp	ươt	ước

III. Vần ghép với nguyên âm ba và phụ âm cuối (B8.2/N8.2)

uyên   uyêt

Luyện tập

① **Luyện đọc các từ sau (B8.3/N8.3)**

quần áo	mùa xuân
ngu xuẩn	bâng khuâng
xuất phát	nhuộm tóc
buôn bán	nuông chiều
suốt đời	uống thuốc
màn tuyn	suýt nữa
phụ huynh	huênh hoang
khuếch đại	con bướm
mướn nhà	tưởng tượng
tẩm ướp	lần lượt

hài hước   thường xuyên

quyết tâm

② **Luyện đọc các câu sau (B8.4/N8.4)**

1. Thường xuyên uống nhiều nước là một thói quen tốt.

2. Uống nước nhớ nguồn.

3. Ước mơ của tôi là trở thành phi công.

③ **Luyện tập hội thoại (B8.5/N8.5)**

1. – Anh là người nước nào?

   – Anh là người Đài Loan. Còn em?

   – Dạ, em là người Việt Nam.

2. – Cuối tuần em thường làm gì?

   – Dạ em thường ngủ nướng.

   – Ngủ nướng không tốt đâu.

   – Dạ em biết ạ.

3. – Em gọi đồ uống chưa?

   – Dạ, em gọi rồi.

   – Chị bảo phục vụ mang lên ngay.

4. – Chị ơi cho em hai suất cơm gà.

   – Ăn ở đây hay mang về?

   – Dạ, mang về ạ.

   – Em ăn rau gì?

   – Dạ cho em bắp cải, rau muống và

trứng sốt cà chua.

5. – Trông em mệt mỏi quá!

  – Dạ, tối qua em ngủ muộn.

  – Sao vậy? Có chuyện gì à?

  – Dạ, dạo này em mất ngủ.

④ **Luyện đọc đoạn văn sau (B8.6/N8.6)**

Tôi tên là Mai. Tôi là người Đài Loan. Tôi sống và làm việc ở Đài Bắc. Tôi năm nay ba mươi tuổi. Tôi có một căn hộ chung cư không rộng lắm nhưng sạch sẽ. Tôi thích nấu ăn, thích tập thể thao, thích đi du lịch. Tôi đang học tiếng Việt, tôi muốn tìm hiểu về văn hóa và con người Việt Nam. Tôi rất thích đồ ăn Việt Nam, và tôi muốn có nhiều bạn người Việt Nam.

Luyện nghe

① **Nghe và nhắc lại (B8.7/N8.7)**

bình thường	uống nước
phía trước	trên tường
quyển sách	lương tháng
muốn tìm	đặt trước
luôn luôn	

② **Nghe và khoanh tròn vào từ nghe được (B8.8/N8.8)**

đường đi	nóng lạnh
xe buýt	lương cao
bao nhiêu	tốt bụng
quán ăn	xếp hàng
sang đường	không được
nấu ăn	bắt đầu

③ **Nghe và khoanh tròn vào từ nghe được (B8.9/N8.9)**

1. nhuộm màu	6. bắt được
2. kiên quyết	7. buồn phiền
3. quả quyết	8. hoàng đế
4. cà nướng	9. tuềnh toàng
5. ướp lạnh	10. tuyển dụng

附錄五
TỪ ĐIỂN THAM KHẢO
輔助辭典

A

ai	誰
anh ấy	他
ảnh	照片
Anh	英國
áo dài	越南國服
ăn cơm	吃飯
ăn cháo	吃粥
ăn chay	吃素
ăn khuya	吃宵夜
ăn mặc	穿著
ăn	吃

B

ba chân	三腳
ba mươi	三十
ba toong	拐杖
ba	三、父親
ban ngày	白日
bạn	朋友
bán	賣
bánh chưng	粽子
bánh mì	麵包
bao giờ	何時
bao lâu	多久
bạo loạn	暴亂
bao nhiêu	多少

bao xa	多遠
băn khoăn	猶豫 / 焦慮不安
bắt đầu	開始
bắt được	抓到
bận	忙
bâng khuâng	惘然
bây giờ	現在
bé	小 / 小朋友
bê	小牛
bếp lửa	爐灶
bêu rếu	出糗
bi a	撞球
bị	被
bia rượu	酒 / 酒精
bia	啤酒
biết	會 / 知道 / 認識
bình thường	平常 / 普通
bò	牛 / 爬
bố	父親
bốn	四
bông	棉
bơ	酪梨 / 奶油
bơi lội	游泳
bún chả	烤肉米粉
bún	米粉 / 米線
buổi chiều	下午
buôn bán	買賣

buồn phiền	煩悶 / 煩惱
bưởi	柚子
bưu điện	郵局

C

cà phê	咖啡
cá to	大魚
cá thu	鯖魚
cà	茄子
cá	魚 / 打賭
các bạn	你們 / 您們
cái tai	耳朵
cái tay	手
cảm ơn	謝謝
canh cua	螃蟹蔬菜湯
cánh đồng	田野 / 曠野
canh	湯
cao	高
cay mắt	辣眼睛
cay	辣
căn hộ	戶
cắt	切
cần	需要
cấp cứu	急救
cây số	公里
có	有
có xe	有車
cỏ	草
con bướm	蝴蝶
cỏn con	小小的
con chó	狗

con ếch	青蛙
con người	人 / 人類
con ong	蜜蜂
còn	還有 / 剩下 / 至於
cô	女老師 / 姑娘 / 阿姨 / 女士
cốc	杯子
công cốc	徒勞無功
công tác	出差
công tắc	開關
công việc	工作
cơ hàn	飢寒
cơm	飯
cũ kĩ	老舊
cũ	舊 / 老
của ai	誰的
của	的（所有格）
cua	螃蟹
cuối năm	年底
cười tươi	笑得燦爛
chanh	檸檬
cháo	粥
cháo trai	蚌殼粥
chay	素
chắc chắn	確定 / 確實
chắc khoảng	大約
chăm chỉ	認真
chặt chém	（隱喻）坑
chè	茶 / 甜點
chê	嫌棄 / 挑剔
chết	死

chỉ	只		dê	羊
chiếc đèn	燈		dơ bẩn	髒
chiến tranh	戰爭		dỡ bỏ	拆除
chiều con	寵愛孩子		du lịch	旅遊
chiều mai	明天下午		dù	雨傘／雖然
chiều tối	傍晚		dưới	下面／下方
chiều	下午			
chính xác	正確		**Đ**	
chó	狗			
chó xù	貴賓犬		Đài Bắc	台北
cho	給		Đài	台／台灣
chỗ cũ	老地方		đang	正／在／正在
chỗ	地方		đạp	踢
chờ xe	等車		đau	痛
chợ	市場		đặc quánh	稠糊糊的／濃稠
chờ	等		đặc sản	特產
chở	載		đặt bàn	訂桌
chơi	玩／打（球）		đặt cọc	付押金
chủ nhật	週日		đặt trước	預約／預定
chung cư	大樓大廈		đầu	頭
chuối xanh	青香蕉		đây là	這是
chuối	香蕉		đèn	燈
chưa	沒／還沒		đen	黑色
da dê	羊皮		đẹp	美／漂亮
da	皮		đêm khuya	深夜
dại	愚笨／傻瓜／野生（植物）		đến	到／來
dào dạt	洋溢／盈滿		đều	都
dao	刀		đi bộ	走路／散步
dắt	帶（人）／遛		đi bơi	去游泳
dễ	容易		đi chợ	去市場／去買菜
			đi chơi	去玩
			đi đâu	去哪裡

đi làm	上班／去上班	gần	近
đi lâu	去很久	ghê	不好惹的／
đi ngủ	去睡覺		凶巴巴的
đi xe	坐車／開車／騎車	ghi	紀錄／寫
đi	去／走	gì	什麼
điện thoại	電話	gọi	叫／點
đỏ	紅色	giao thông	交通
đó	那／那裡	giơ tay	舉手
đo	量／測量	giở	翻／反轉／變化
đoạt giải	得獎	giờ	點（時間幾點）
đọc	讀／念／看	giới thiệu	介紹
đón tiếp	接待	giúp đỡ	幫助／幫忙
đổ	倒	giữa	中間
đồ ăn	食物		
đỗ xe	停車	**H**	
đồ	東西	Hà Nội	河內
đội	戴／團隊	hài hước	幽默
đông	冬天／凝固／擠	hai	二
đợi	等	hây hây	紅通通的
đúng	對／正確	hẹn	約／約會
đức tính	德性	hoa	花
được	可以／得到	hoan nghênh	歡迎
đường đi	路／道路	hoàng đế	皇帝
		hoạt động	活動
G		hoặc là	或是
gà chiên	炸雞	học	學習
gả	嫁／許配	hoen ố	沾汙／弄髒
ga	瓦斯／火車站	hỏi	問
gà	雞	hỏi thăm	問候
gặp	見／見面	họp	開會
gần đây	最近	hội thoại	會話

hôm nay	今天	khuyếch đại	擴大
huyênh hoang	囂張		

K

L

kẻ	傢伙 / 份子 / 者
kéo	拉
kẹt xe	塞車
kê	小米 / 墊高
kêu	叫 / 呼叫
ki bo	小氣
kiên quyết	堅決 / 堅定
kiêng kị	禁忌
kiềng	三腳支鍋器 / 項圈
khác	別 / 別的 / 不同
khách hàng	客戶
khách sạn	飯店
khách	客 / 客人
khẽ	輕輕地
khi	的時候
khiêm tốn	謙虛
khó	難 / 困難
khoác lác	吹牛
khoai lang	地瓜
khoảnh khắc	瞬間
khoắng đồ	偷東西
khỏe	身體健康
khoèo tay	指手彎曲變形
khô	乾
không bằng	不如
không được	不行 / 不能
không	不

là	是
lại	又 / 再
làm biếng	懶惰
làm việc	工作
làm	做
làng	鄉村
lạnh	冷
lắm	很 / 多
lăng Bác	胡志明紀念堂
lần lượt	輪流 / 循序
lẩu	火鍋
lấy	拿 / 取 / 娶 / 嫁
lề mề	慢吞吞
lê	梨子
lếch thếch	邋遢
lịch trình	日程表
lo nghĩ	擔心
lo	擔心
loăng quăng	亂逛
lóc cóc	踽踽獨行
lòe loẹt	大紅大綠
lòng	心臟 / 內臟
lốc xoáy	旋風
luôn luôn	常常
lương	薪水
lương cao	高薪
lương tháng	月薪
ly	紅酒杯

M

ma quỷ	鬼
má	母親
màn tuyn	蚊帳
mang	帶／提
máy bay	飛機
mặc	穿
mấy giờ	幾點
mây	雲
mẹ	母親
me	羅望子
mèo	貓
mía	甘蔗
miễn thuế	免稅
miến xào	炒冬粉
miêu tả	描寫
mít	波羅蜜
mọi người	大家
Món Huế	順化料理
món	道（菜）
môi giới	仲介
một chút	一點／一下
một	一
mỡ	油
mơ hồ	模糊
mờ quá	很不清楚
mơ	夢
mờ	模糊／不清楚
mời ngồi	請坐
mới	新
mời	請／邀請

mua đồ	買東西
mùa xuân	春天
mùa	季／季節
muốn	想／想要
mực	魷魚／墨水
mười một	十一
mướn nhà	租房子

N

na	釋迦
nằm mơ	作夢
năm nay	今年
năm ngoái	去年
năm sinh	出生年
nắm vững	掌握
năm	年／五
nấu ăn	開火／做飯
nếp	糯米
nó	他／她／它
no	飽
nói sai	說錯
nói	說
nóng lạnh	冷熱／空調
nơi chốn	地方
nuông chiều	寵愛
nướng	烤
ngả nghiêng	東倒西歪／動搖
ngã xe	摔車
ngã	跌倒／摔倒
ngày lễ	節日
ngày mai	明天

ngày nào	哪一天	nho	葡萄
ngày	天	nhọn hoắt	尖銳 / 尖利
ngân sách	財政預算	nhớ má	想媽媽
nghe	聽	nhớ mẹ	想媽媽
nghỉ trưa	午休	nhớ	想念 / 想
nghỉ	休息	nhuộm màu	染色
ngoài	外 / 外面	nhuộm tóc	染頭髮
ngoan ngoãn	乖 / 乖巧	như thể	如 / 像
ngon	好 / 好吃 / 好喝	như	如 / 像
ngọt	甜	nhưng	但是
ngô	玉米		
ngu xuẩn	愚蠢	**Ô**	
ngụ	居留	ô tô	汽車
ngủ	睡	ốc	螺
nguồn	根源 / 來源	ổi đào	紅心芭樂
người nào	哪個人	ổi	芭樂
người	人		
nhà hàng	餐廳	**Ơ**	
nhà ngoại	娘家	ở	在 / 住
nhà to	大房子		
nhà trọ	租的房子 / 宿舍	**P**	
nhà	家 / 房子	pha trà	泡茶
nhãn	龍眼	pha	泡
nhạt	淡 / 淺	phải	需要 / 必須 / 得要
nhắn tin	傳簡訊	phát âm	發音
nhắn	留言 / 傳話	phi công	機師
nhẹ	輕	phía trước	前面 / 前方
nhiệt độ	溫度	phòng	房
nhiệt tình	熱情	phố xá	街道
nhiều	多	phở bò	牛肉河粉
nhỏ	小	phở gà	雞肉河粉

phở xào	炒河粉	rẻ	便宜
phở	河粉	rẽ	轉（左／右）
phụ huynh	家長	rổ	籃子
phức tạp	複雜	rộng	大／寬
		rơi vãi	散落四處
Q		rửa	洗
quả khế	楊桃	rượu	酒
quả lê	梨子		
quả quyết	果斷／果決	**S**	
quả	果實	sạch sẽ	乾淨
quà	禮物	sạch	乾淨
qua	過／通過／過來／過去／透過	sách	書
		Sài Gòn	西貢
quán ăn	餐館	sai	錯
quang cảnh	景色／風景	sáng bóng	亮晶晶的
quạt	扇子／電風扇	sang đường	過馬路
quay lại	回來	sáng mai	明天早上
quần áo	衣服	sáng sớm	早晨
quần soóc	七分褲	sáng	早上／亮
quây quần	團聚／團圓／圍爐	sao vậy	怎麼了
quê	老家／鄉下	sau khi	之後
quý	珍貴／喜愛	sau này	以後
quyển sách	書／書本	say nắng	中暑
quyết tâm	決心	sắp xếp	安排／排列／整理
		sân bay	機場
R		sẽ	將／會
ra ngoài	出去	siêng năng	勤勞／認真
ra	出來／出去	siêu thị	超市
rảnh rỗi	空閒	sinh tố	果汁
rất	很	sinh	出生
rẽ phải	右轉	số nhà	門號

số	號碼／命運	tiếng	語言／小時
sống	住／活	tiếp tục	繼續
sốt cao	發高燒	tiết kiệm	節省／節儉
sợ	怕	tiêu hóa	消化
sợ quá	太怕	tiêu	花（錢）
sớm	早／早晨	tìm hiểu	尋找／了解／調查
suốt đời	一生	tìm	找／尋找
suýt nữa	差點	tin tức	新聞／消息／信息
sư tử	獅子	tính tình	個性
sức khỏe	健康	to	大
		tô	碗
T		tối nay	今天晚上
ta	我／我們／本土的	tốt bụng	好心
tách	茶杯	tốt nhất	最好
tại sao	為何	tốt	好
tám rưỡi	八點半	tờ séc	支票
tanh	腥味	tú bà	媽媽桑
tàu hỏa	火車	tu	出家
tay chân	手腳	tuổi mão	屬貓的
tắm	洗澡		（中華文化：屬兔）
tăng ca	加班	tuổi	歲
tắt đèn	關燈	tuy rằng	雖然
tắt	關	tuyển dụng	選用，錄用
tẩm ướp	煙燻	tuyềnh toàng	簡陋的
tập hợp	集合	từ điển	詞典
tập nói	練習說	tưởng tượng	想像
tập thể thao	做運動	tháng sau	下個月
tập	練習	tháng sáu	六月
tây	西／洋	tháng	月
tên	名字	thành công	成功
tiền điện	電費	thành phố	城市

113

thành thật	真誠／誠摯	trắng	白色
thắc mắc	疑問	trễ	耽誤／耽擱
thăm quan	參觀	trên tường	牆上
thấy	見／見到／感覺	trên	上／上面
theo tôi thì	對我來說／我覺得	trêu ghẹo	調戲／戲弄／挑逗
thế nào	如何／怎麼樣	trình báo	呈報
thích	喜歡	trong	裡面
thỉnh thoảng	偶爾	trồng cây	種樹
thịt	肉	trở thành	成為
thoáng mát	涼爽	trời	天
thói quen	習慣	trung tâm	中心
thơ	詩	trưa mai	明天中午
thủ đô	首都	trưa nay	今天中午
thu hoạch	收穫／收割	trưa	中午
thủ quỹ	出納／出納員		
thu	秋天	**U**	
thuê nhà	租房子	uống nước	喝水
thuở nào	何時／很久以前	uống thuốc	吃藥
thứ ba	禮拜二		
thứ bảy	禮拜六	**Ư**	
thứ mấy	禮拜幾	ước mơ	夢想
thứ tư	禮拜三	ướp lạnh	冷藏
thứ tự	順序／次序		
thực phẩm	食品	**V**	
thường xuyên	常常	vào làm	開始上班
trà	茶	văn hóa	文化
trái	左邊／錯誤	về nhà	回家
trai	男生	về quê	回老家／回鄉下
trang điểm	化妝	vệ sinh	衛生
trang hoàng	裝潢	về	回／回來／關於
trăm	百	Việt Nam	越南

vịt quay	烤鴨	xổ số	樂透
vợ	老婆	xôi xéo	綠豆沙糯米飯
với	和／跟／向	xôi	糯米
vui vẻ	快樂	xuất phát	出發
vừa mới	剛剛	xui xẻo	倒楣
vững	穩／穩固／牢固	xử lý	處理
		yên tĩnh	安靜
X		yêu thích	喜愛
xa quá	太遠	xoen xoét	形容說話不停的人
xá xíu	叉燒		
xa	遠		
xách	提		
xanh biếc	碧綠色		
xanh	青／綠／藍		
xe buýt	公車		
xe cộ	車輛		
xe máy	機車		
xe ôm	摩的（機車計程車）		
xe to	大的車子		
xe	車		
xem phim	看電影		
xen kẽ	交叉／交錯		
xếp hàng	排隊		
xích mích	糾紛		
xin hỏi	請問		
xin lỗi	對不起		
xinh	漂亮		
xóa tan	消除		
xong	完		
xô ngã	推倒		

國家圖書館出版品預行編目（CIP）資料

新實用越南語發音 / 梅氏清泉著. -- 初版 . --
　桃園市：中央大學出版中心；臺北市：遠流，
2018.09
　　面；　公分
　ISBN　978-986-5659-19-6（平裝）

　1. 越南語　2. 發音

803.7941　　　　　　　　　　107001441

新實用越南語發音

著者：梅氏清泉
執行編輯：王怡靜
編輯協力：簡玉欣

出版單位：國立中央大學出版中心
　　　　　桃園市中壢區中大路 300 號

　　　　　遠流出版事業股份有限公司
　　　　　台北市南昌路二段 81 號 6 樓

發行單位／展售處：遠流出版事業股份有限公司
地址：台北市南昌路二段 81 號 6 樓
電話：(02) 23926899　傳真：(02) 23926658
劃撥帳號：0189456-1

著作權顧問：蕭雄淋律師
2018 年 9 月 初版一刷
2020 年 8 月 初版三刷
售價：新台幣 350 元

ISBN 978-986-5659-19-6（平裝）
GPN 1010701513
YL*ib.com* 遠流博識網 http://www.ylib.com　E-mail: ylib@ylib.com